సర్వస్వామ్యములు కొడాలి వెంకట దుర్గా నాగేశ్వరరావువి.

For copies apply to :—

BANDA SATYANARAYANA GARU,

Vani Mart,

BEZWADA.

వెల రు. 1—4—0.

AA000908

—: ముద్రాపకులు :—

శ్రీ కృష్ణా ప్రింటింగు వర్క్సు, బెజవాడ.

హెచ్చరిక.

నా లిఖితపూర్వకమైన అనుమతి లేనిదే ఈ
భాగములు గాని పద్యములుగాని, ఎందులోను ఉప
కూడదు. అట్లొనర్చినవారు నా నష్టమునకు భాద్యుల

(Sd.) కొ॥ వెం॥ దు॥ నాగేశ్వ

కృతజ్ఞత.

యీ ద్వితీయముద్రణమును ఉచితముగా అచ్చొ-
వెంకట్రామా అం కుకో., వెంకటాామ పవరుప్రెస్ పో
టర్లగు శ్రీ యీాదర వెంకటాాపు పంతులుగారికి నే న
కృతజ్ఞుడను.

(Sd.) కా॥ వెం॥ దుర్గా నాగేశ్వరరా

ప్రవేశము

ప్రతిభావ్యుత్పత్తులలో ప్రతిభ గరీయసి. దేశమంతయు హూణవిద్యా వ్యాసంగి యగుటచేత తెనుగుకవితకు వలసిన వ్యుత్పత్తి నూటికి తొంబది పాళ్ళు ఆంధ్రసంస్కృతభాషాశ్రిత యగుటచేత నేటికాలపు ప్రతిభాశాలురగు కవులకు వ్యుత్పత్తిలోపము కనబడుచున్నది. కాని వారి ప్రతిభ యాలోపించిన వ్యుత్పత్తిని కప్పివేయునంత యుత్కృష్టమైనది. అట్టి నేటికాలపు తెలుగుకవులు ముగ్గురునలుగురలో కొడాలి సుబ్బారావుగారొకరు. వచ్చిన కవిత్వము పూర్వజన్మమునుండి; వచ్చిన భాష ఏటి కెదురీది నేర్చినది.

ప్రతిభకు గరీయస్త్వము లాక్షణికు లొప్పుకొనిరి కాని పండితులు ఒప్పుకొనినట్లు తోచదు. వ్యుత్పత్తిశూన్యుడైన కవి ఎంత ప్రతిభాశాలియైనను పండితులు చప్పరింతురు. పండితుడైన కవి ప్రతిభ ఎంత తక్కువవాడైనను అతనికి బ్రహ్మరథము పట్టుదురు. ఈ పండితులకు ఇంగ్లీషుభాష నేర్చిన రసజ్ఞులు ఎదురుపోటీ. వారు మెచ్చనిది వీరు మెత్తురు, వారు మెచ్చినది వీరు మెచ్చరు, ఇద్దరను కలిపి ఒక పుంతను తోలువాడు చక్కని ప్రతిభాశాలియై భాషాపాటవముకూడ కలవాడై యుండవలెను. అట్టివారిలో కొడాలి సుబ్బారావుగారొకరు.

కావ్యమునకు రీతి యాత్మ యనినారు కొందరు. పూర్వాంధ్రకవులలో రీతి యలవడని కవితకలవారు లేరు. నేటికాలమున చాలమంది యున్నారు సుబ్బారావుగారి కవితకు రీతి యున్నది. అది వైదర్భి. కంకంటి పాపరాజు రీతి. అందుకని అతనికావ్యము తక్కువ రకములోనిది కాదు.

బ్రతికి బట్టకట్టినచో సరస్వతీదేవిచేత పట్టుసెల్లాలు కట్టించెడివాడే కవి. కావ్యగుణములు మహాకవిలక్షణములు. అవి సర్వము బీజప్రాయ

ముగ నీచిన్ని కావ్యమందే యున్నవి. అతనికి ప్రౌఢనిర్భయవయఃపరిపాకమే వచ్చునంత ఆయుష్షు కల్గినచో అతడు 'తెలుగుకావ్యసరస్వతి నూపురంబు మ్రోయుదినములు' మనకు చూపించెడివాడు.

ఈయన, సుప్రసిద్ధులు, ఆంధ్రపత్రికలో సహాయసంపాదకులు, కష్టజీవి, పైకుబుకని గంభీరుడు, శ్రీ కొడాలి శివరామకృష్ణరావు గారికి పెద్ద కుమారుడు. నేలంటు, పుట్టినయూరు దక్షిణకాశి, పెదకళ్లేపల్లిలో వదలించుకొని చెన్నపురి, రాజమహేంద్రవరము, బందరులలో చదివి బి. యే. పట్టభద్రుడైనాడు. అతని యభిమానవిషయము చరిత్ర. అతని మేనమామ కామరాజుగడ్డ శివయోగానందరావుగారును ఇతడును కలిసి జంటగా కవనము వ్రాయ జొచ్చిరి. తొలినాళ్లలో మేనమామ ఎక్కువవాడు. గడచినకొలది మేనల్లుడు మితిమీరినాడు. ఈసంగతి ఆ మేనమామకు ఎంతప్రియమో ఇప్పటి అతని మృతివలని ఆయనభరింపరానిదుఃఖము చెప్పుచున్నది.

ఈజంటకవనము మాగురునాథులు తిరుపతివేంకటేశ్వరులకే చెల్లినది. తక్కువ వారికి శోభలేదు. సుబ్బారావుతో చాలసార్లు చెప్పితిని. పుస్తకమంతయు నీవు వ్రాసితివి. మీమామపేరుకూడ ఏలనని. అతనికి నీమాటపట్టు లేదు. శివయోగానందరావుగారు నాకు మిత్రుడు. ఇది ఆయన యెడల దుర్భావముకాదు. ఆయన మా తమ్మునకు సహాధ్యాయి. నేనే మా కొడాలి ఆంజనేయులుతో కవితలో విడిపడితిని. అతని త్రోవ వేరు నా త్రోవ వేరు గానున్నది గనుక. లోకములో ఏఇద్దరి కవితామార్గములును అచ్చముగా కలియవు. కలియవలసినచో ఒకరికవిత్వమునుండి కొంత, మరియొకని కవిత్వమునుండి ఇంకొక కొంత బహుశః గుణమైన దానిని కాదని సమాధానము పరచుకొనియో అందొకడు రెండవవాని బుద్ధిపై వ్యక్తిగతముగా నధికారము సంపాదించియో వెలికిత్రోసి తమ కవితాపద్ధతులు కలియునట్లు

చేసికొనవలయును. ఇది లోకమునకు నష్టము. కొంత వారికిని నష్టము. (దీని కపవాద ఒక్క మాగురువులే.)

తరువాత నితడు హైస్కూళ్లలో మేష్టరుచేయుట క్షుద్రమైనదిగాం దోచి కాలము వీలుగానున్నదిగనుక తెలుగు గ్రాడ్యుయేటులకు పిడికెడు బిచ్చము దొరికెడు రోజులుగనుక బి. యే తెలుగునకు కూర్చుండెను. కూర్చుండుటే ఆలస్యము. ఉత్తీర్ణుడాయెను. ఉదారుడు స్త్రీకుదార ఇతని చిన్ననాటి అల్లరి ఎరిగినవాడు, కాలేజీలో ఉద్యోగముతో ముద్దు పెట్టుకొనెను ఇత డిచ్చట సమర్థుడైన ఆంధ్రోపన్యాసకుడుగానై దొరచంక కెక్కెను. కాని దైవమునకు కన్నెర్రయైనది. నాదుఃఖము ద్విగుణీకృతముగుగీత వ్రాసియున్నది. అతడు పరలోక గతుడయ్యెను.

పూర్వకాలపు కవులకు నేటి కాలపు కవులకు చాల భేదము కలదు. పూర్వులు మాతృభాష నేర్చిరి. మాతృభాషలో కవిత చెప్పిరి. రాజాశ్రయ ముండెడిని. దేశము గౌరవించెడిది. వారిమాట చెల్లెడిది. ఇప్పుడు ఇందేవియు లేవు. ఇట్టి స్థితులలో తెలుగుకవి బయలుదేరెనా ఇతడు ప్రోదికట్టి పెంచిన మొక్క కాదు. ఉద్గమనశక్తి ప్రౌఢమై భూమి పెగుల్చుకొని బయటపడు మొలకవంటివాడు. అట్లు బయటపడుటకు కవికి అనంతమైన ప్రతిభ యుండవలెను. ఆ ప్రతిభ యీ చిన్నిపాత్రమునందు సర్వాంకషముగా నున్నది. అది యెట్లున్నదో కొంచెము పరామృశింతును.

కవికి నిజముగా అతడు కవియే యైనచో భావమునం దెంత గౌరవ ముండునో శబ్దమునందు కూడ నంత గౌరవ ముండును. వీని రెంటికి అవినాభావస్థితి అందుకనియే 'వాగర్థావివ సంపృక్తౌ' అన్నాడు ప్రభువు. కవి కావ్యాంగములను వేనిని నిరసించడు. అల్పమో అధికమో, గుణాలంకారములను వలసినచోట సంగ్రహించనే సంగ్రహించును. మహాకవి శబ్దాలంకారములను ఎప్పుడో కాని ముట్టడు. ముట్టినచో నది సానతీరిన రాయి.

'వైరి
కుంతములు వైరికాంతల కుంతలములు
కృత్తములుగా గణించి పొంగిరట ప్రజలు'

(పుట 35)

'యామున శ్రీతనున్
తనకుంజమ్ముల దాచిపెట్టుకొను ధూర్తత్వంబు శంసించెదన్.'

(పుట 76)

ఈశబ్దాలంకారములు వానియంతటనవి వచ్చినవే. అందుకనియే వానికంత శోభ. ఈశబ్ధాలంకారములవలన నెంత యర్ధపుష్టి జరుగుచున్నదో.

ఇక అర్థాలంకారములు. తాను వ్రాయుచున్న వస్తువునకు అప్పుడు తాను పొందిన యావేశమునకు క్రియాలంకారమునకుఁగల అమిత సన్నిహితత్వము కవికి తెలియకుండగనే ఆయలంకారముగా ప్రతిభాసించినది. 3 వ పుటలో 2 వ పద్యము, 12 లో 2 వ పద్యము, 13 లో మొదటిది. ఇచ్చట గల క్రియాలంకారములు కవి ఆవేశమునుండి ఎంత సహజోద్గమములో రసజ్ఞు డూహించుకొనునది

'శరదాగమంబు రాయల
హరిహస్తిభటాగమంబు నైక్యముగా'

ఇది సహోక్తి. శరత్కాలమువచ్చినగాని సైన్యములు నడువవు. ఈ అర్థము అలంకారాంతర్గతమై పోనయిది. అలంకారముల యాచిత్యమిది. ఇది మహాకవులదే సొత్తు.

శయ్యాపాకాదులు కావ్యగుణములు లక్షణగ్రంథము లు లెక్క పెట్టి చెప్పినను ప్రతిభాశాలియైన కవికే అవి సమకూడివచ్చును. తదితరునకురావు వెనుకటి కొకపండితు డన్నట్లు, భాషలో కొన్ని మధురమైన శబ్దములుకలవు

అవి కవియైపుట్టినవానికే తెలియును. తక్కినవారికి భావములోని వానిస్థితి గోచరించదు.

'మందర మహీధరాధర మథ్యమాన
దుగ్ధపాథోధిలహరి కోద్భూతమైన'
'వాగర్థంబులలో, ప్రమాణములలో, వాదంబులో సూత్రచ
ర్చాగాంభీర్యములో కవిత్వ మధుధారావేగ విభ్రాంతిలో
బాగోయీ కవిరాజా!'

తాండవా

హంకార స్థిరచంద్రమశ్శకల శైత్యప్రాప్తకాంతత్వమై'

ఇవి అతని సంస్కృతపుపోకడల కుదాహరణములు. తెలుగులు చాల కలవు. పంపాసరస్సు కొండచరియలయందు వ్రేలు మేఘప్రవాహాల నేలు కొనునట. ఎట్లు. నిగనిగలాడు సోయగము నాదే కానినీలిమబ్బులకురా నేరద నుచు ఇది 3 వ పుటలోని 2వ పద్యము. తెలుగుచుడికారములోని ఒకరయొ య్యారము ఆభావమునం దున్నది. ఆనుడికారపు సొంపెట్టిదనగా, ఈరీతినను చున్న పంపను దుర్విదగ్ధత కట్టిపెట్టదు. ఆసరస్సును మనకు మరియును ప్రియురాలినిగా చేయును. ఇట్టి వనేకములు.

నేటి ఆంధ్రకవికి ఆంధ్రాభిమానము వెన్నతో పెట్టిన విద్య. నూత్న కవిత్వమునకు ఇది యొక లక్షణము. ఈ కవిఆంధ్రాభిమానమునకు కావ్య మంతయు నద్దమే. అందు కొన్ని ఘట్టములు మరీ మణిప్రతిబింబములు.

'వేయికి చాలుఫో తెలుగు వీరు డొకండు'

దేశము స్వతంత్రమే యైనచో నీ కవి ఇటు తిక్కనవలె కవిత్వము వ్రాసి అటు ఖడ్గతిక్కనవలె శత్రుల జెండాడెడివాడు. అతని పౌరుషము శౌర్యము, బలము, అతని పరిచితు లంత రెరిగినవే. వానిని గురించి కథ లున్నవి. అవి అప్రస్తుతము.

పాటి కేంద్రలోపుర ఆంధ్రాభిమానము కవితారూపమున ప్రజ్వరిల్లఁ జేసిన కవులలో అగ్రగణ్యులు శ్రీ రాయప్రోలు సుబ్బారావుగారు. ఈ కవి కొన్నిచోట్ల ఆ స్థాయిలో ఆయన నందుకున్నాడు.

‘గౌతమీగర్భపంకం బెండ బెట్టిన చాళుక్యశౌర్య వర్చస్సు వెలుగు

పుట 16, 75 చూడుడు.

ఈ పద్యమునందు రాయప్రోలు వారి అచ్చు గుద్దుకున్నది.

ఇతడు కొన్నికొన్నిచోట్ల అనేక విధములైన గొప్పపోకడలు పోవును

‘నిలిచిననాళ్లు నొకతీరు వెలిగినదియు
వెలిగిననాళ్లు మిఱుమిట్లు గొలిపినదియు’

‘అల నందాన్వయ మగ్గిలో పొగిలి నీరైపోవ నందుండి మౌ
ర్యులసామ్రాజ్యము బైటపడ్డయది విప్రుండొక్కఁడా నాశస్పృ
ష్టులకుఁ హేతువు నీవో.................................’

‘తెల్గురా
జ్యరమను ఓరుగల్లు నిలయంబున కోటలు పడ్డ రాళ్లపైఁ
బరువుల తిరుగుదాని’

శ్రీనాథుని మనస్సు నిట్లు వర్ణించుచున్నాడు.

‘శారదాంఘ్రిద్వయార్చనాంభోరుహంబు
వికసితంబైన మనసులో’

క్రోధలోభాదిభిన్నభావములు ప్రదర్శించుటలో ఇతనిది విచిత్రమైన సేత. దీనికి ఇతని రాజ్యప్రదానము, పాణిగ్రహణము చక్కని యుదాహరణములు.

ఇతడు శ్రీనాథుని సీసపద్ధతి ఎంతచక్కఁగా నమర్చుకొనెనో! అతని సీసపాదములే తెచ్చి తాను తన సీసపాదములు వానిలో కలిపి తెలిసిన వారినే భ్రమింపజేయుచున్నాడు. దీనివలని కవి గొప్పశక్తి యట్లుంచి ఆ కావ్యమునకు వచ్చిన యౌచిత్యము విచారించునది.

ఇంతవరకు వర్ణింపబడిన గుణములు సామాన్యములు. ఇవి చాలమంది కవులవద్ద గోచరించవచ్చును. ఇవి మొదటితరగతి గుణములు. ఇంతకన్న నుత్తమములు రెండవతరగతివి. ఇవి చూడుడు.

కవి తనవస్తువులో లీనమగుచు ప్రకృతిలోగూడ లీనమగును. ఈ గొప్పతనము సంస్కృతకవులలో చేయివేసినచోట నెల్ల తగులును.

11 వ పుటలో

'ఆడుచున్నది రెక్కలార్చి గరుత్పతి
తెలుగుజెండాకర్రి తీసిరేల......'

ఈ ఆవేశము, ఈతన్మయత్వము పిల్లకవుల కందునది కాదు. ఎచ్చటనో నున్నతలోకముల నున్నది. అక్కడికి చేయిచాచుటయే కష్టము.

మనస్వితఅనునది మహామేధావుల లక్షణము. వారియూహాలు మన యూహాలను మించిపోవును. మనమనస్సులకు తగలనిది వారి మనస్సులకు తగులును. ఒకొక్కప్పుడు వారి మనసువెంట వారుపోయినదూరము పోలేక 'సీ' అని తిరస్కరింతుము. ఈయుదాహరణములు చూడుడు.

'ఈ జీర్ణకుగ్రామ మేమిచూపించును
తెనుగురారాజు పండిన యశస్సు'

శ్రీనాథుడు డిండిమభట్టు నోడించుటకు రాజసభకు పోవుచున్నాడు.

'తనవెంట వచ్చుశిష్యునిగాంచి నవ్వును, ఈప్రజఊహ గ్రహించినట్లు తన వైరిదైన వాదన నూహసేయును తనలోనతానె వాదనలుపెంచి'

డిండిమభట్టు ఢక్కపగుల గొట్టిరి.

'అదిపగిలించినారు వలయంబులునై విరళీకృతంబులై
కదలెనుశబ్దము'

ఈరచన కాళిదాసునకు సన్నికృష్టమైన శక్తికలది.

ఇంకొక దివ్యమైన గుణము. అది నేటి కవులలో తోచరానిది. అది ఆస్తిక్యము. మన భారతీయ కర్మలు, భారతీయమతము, వీనియందు నిరాదరణము, తిరస్కృతి ఎంత చిక్కగా దేశమున వ్యాపించినదో అందరకు తెలిసిన విషయమే. 35 వ పుటలో

'వైదికకర్మ లౌకిక
ప్రేరణమయ్యె మంత్రవిధులే కద నిత్యము వృద్ధిమూలముల్'

మరియొకడు. ఇతనికి పురాణములకు చరిత్రలకు భేదము కన్పించదు తిక్కన చాలమంది నేటి జనులకువలె ఇతనికి పురాణములు కల్పితములు కావు. దీని కుదాహరణములు వేనవేలు. చూడుడు. 01వ పుట 1, 2 పద్యములు, 21 వ పుట 4 వ పద్యము, 42 వ పుట 1 వ పద్యము, 55వ పుట 1 వ పద్యము.

ఇవి రెండవ తరగతి గుణములు. ఇంక మూడవ తరగతివి. ఒక దాని కన్న నొక్కడు ఉన్నతమైనవి వరుసలో చెప్పబడును. కవి కథలో తన్మయుడై కథలో నావేశము కలచోట ఆ యావేశములోన తానొకడై కథను నడుపు పట్టుల నిర్వహించగల్గి యుండుట అప్రతిమానమైన మహాకవి లక్షణము. తిక్కన, ధూర్జటి, సూరన్న, (సూరన్న యీగుణము మహా లౌక్యము చేత సంభాషణా వైచిత్ర్యముచేత సమకూర్చును. తిక్కనవారు మహావేశములో తాము సారస్వతకవులైన శక్తిలో నింపుదురు.) కృష్ణరాయలు, వీరు మన తెలుగులో నీ లక్షణము కొన్నికొన్ని ఘట్టములయందు సందేహము లేకుండ ముద్రగుద్దుకొన్నవారు. ఇది రసజ్ఞునకు మానసైక వేద్యము. హంపీస్థాపనలో 16, 17 వ పుటలు చూచునది. తళ్లికోటయుద్ధము, కనకాభిషేకము దీనికి ఉదాహరణములు.

పాత్రపోషణ, ఈమాట కర్థము నిర్ణయించుట చాల కష్టము. దీనిని గూర్చి అభిప్రాయ భేదములు చాలకల్గియుండవచ్చును.

'క్వ వయం క్వ పరోక్షమన్మథో మృగశావైస్సమమేధితో జనః'
ఇచ్చట ఔచిత్య భంగమన్నవారును గలరు.

'శే హస్త దక్షిణ...............
....
....
సీతావివాసనపటోః కరుణా కుతస్తే'

కాలానుగుణముగ ఇది భగవంతుని శీలములో మచ్చయైనది.

సమర్థుడైన తండ్రివద్ద సమర్థుడైన కుమారుడు తన సామర్థ్యమును పొగడికొనుట ఒకరు పాత్రపోషణ యందురు. దానిని మరుగుపరచుట ఇంకొక రకపు పాత్రపోషణ. ఈ కావ్యమున కొందరు చరిత్రపురుషుల శీలమును కవి తనకు తోచినట్లు నిర్ణయించినాడు. ఇందు రామరాయల, తిరుమలరాయల పాత్రపోషణలు, విన్నవారికి కొంతకష్టముతోచునవి కూడను. రామరాయలు రాజనీతివేత్త. మహాసమర్థుడు. దైవముచాలక తళ్ళికోట అట్లయినది కాని ఈకవి అభిప్రాయము యుద్ధభూమిలో గెలిచినవారికి ధనము పంచి ఇచ్చుట చాలవరకు ఆయనదోషమని. ఇదినిజమే అనికూడ తోచును. అతని యందతనికి గౌరవమును లేకపోలేదు. 'పూజ్యుడుపూర్వము అంత్యవర్తనమున మతిలేనివాడయి' అని 'రణమునందె కొలువుకుదిరె మాయాంధ్రులకొంప కూల్ప' అని, ఈమాటలవలన కవి తనయూహ చక్కగా వెల్లడించినాడు. ఇంక తిరుమలరాయల విషయములో, తళ్లికోటలో, తెలుగు లోడినంతనె తిరుమలరాయలువిద్యాపురివదలి పారిపోవుట న్యాయ్యమా కాదా అన్నచర్చ చాలమంది చరిత్రకారులను విచారణలో పెట్టినదే. కవి శౌర్యముకలవాడు. ఆ పెనుగొండ ప్రత్యక్షముగాచూచి తానైనచో ఆ రెండువందల గజముల గొందెను చక్కగా రక్షించగల్గుదు నని యనుకున్నాడు కాబోలు. ఒకసారి బందరు హాస్టలులో, హాస్టలుగేటుమూసి మడతమంచపు ఇనుపచువ్వ చేగొని నాల్గువందల రౌడీల నడ్డగించినవాడు కవి.

శ్రీనాథుని పాత్రపోషణ. ఇదిచాల క్రొత్తగా నున్నది. శ్రీనాథుడు వేమముచేత కర్మిష్ఠియైనబ్రాహ్మణునివలె నుండక కొంచెముపైలా పచ్చీసు మనిసిగా నున్నట్లు వర్ణింపబడెను. ఇది నిజమేనేమో! మహాకవులు తిరుపతి వేంకటేశ్వరులు కూడ కవిత్వమును సంధ్యావందనమునకు బావగా రని చెప్పిరి.

తిమ్మరుసు సృష్టి చాల విచిత్రమైనది. ఆయన కృష్ణదేవుని భక్తుడు. చరిత్ర యాపాదించుచున్న ఆయనయందలి దోషమును కవి నిరాకరించెను. కృష్ణరాయలకు పశ్చాత్తాపము కల్పించెను.

ఇంక విద్యారణ్యసృష్టి. ఇదియును శ్రీకృష్ణరాయల ఆముక్తమాల్యదను గురించిన పద్యములును, వాని కవియే సాటి. అందు ఆముక్తమాల్యదను పిండి ఒడిచెను. విద్యారణ్యునికి ప్రాణప్రతిష్ఠ చేసెను. ఆ వేదభాష్యకర్త ఎంత రాజనీతివేత్తయో, ఎంత ధర్మగ్లాని పరిహరింపవచ్చెనో, ఆ పద్యములు చూచిననే తెలియవలయును. ఆ పాత్రపోషణ మట్లుంచి ఈ ఒక్కసంగతి చూడుడు. 21 వ పుటలో త్రికాలగతులు [పురాణకాలము, యుగమధ్యకాలము, వర్తమానకాలము.) రాజనీతివేత్తలు ముప్వురను పేర్కొనెను. వారు ముప్వురు భారతదేశప్రజకొరకు బహ్మమే మూడుమూర్తులుగా నవతరించిరట. మొదటిమూర్తి వశిష్ఠుడు, రెండవమూర్తి విద్యారణ్యులు, మూడవమూర్తి గాంధి.

ఒక మాటవెంట, ఒక పోలికవెంట, ఒక భావమువెంట చేయబడెడు పాత్రపోషణ మహాకవియే చేయగల్గును. మహారసజ్ఞుడే దానిని తెలిసికొనగల్గును. ఇందు గాంధీవిద్యారణ్యుల రాజకీయవేత్తృత్వము, తపోనైష్ఠికత్వము మన మెరిగినవే. వశిష్ఠుని తపోనైష్ఠికత్వమే మన మెరుగుదుము. ఆయన రాజనీతివేత్తృత్వ మెట్టిదో మన కేమియును తెలియదు. ఇచ్చట కవి దానినిగూడ మన మనస్సునెదుట విచిత్రముగ సాక్షాత్క-

రింప జేసినాడు. ఈ కీర్తి ఒక మాటతో ఎంతో పూర్వకథావిషయము ధ్వనించుట కొద్దిమంది చేయగలరు

'యయాతేరివ శర్మిష్ఠా భర్తుర్బహుమతా భవ' అన్న మాటలో శర్మిష్ఠ యెడల యయాతికి గల బహుమానము ఎంతో ఊహ కందరానిదిగా నున్నది. దానిని కణ్వుడు పోలిక తెచ్చుకొనెను. అట్లున్నది యిచ్చటి యీ విశిష్టశబ్దప్రయోగము.

ఇతని ఔచిత్యమునకు పరమోత్కృష్టమైన యొక యుదాహరణము. రాజ్యప్రదానమునుండి. నాగమనీతు రాయలమాట కెదిరించి చోళుని గెలిచి తానే రాజైనాడు. ఆద్రోహి నెవరు పట్టితెత్తురని నిండుసభలో రాయలు గర్జించెను. పట్టితెత్తునని లేచినవాడు నాగమనేని కొడుకు వీరమనేడు. అతడట్లు లేచుట భిన్నులకు భిన్నభావములకు స్థానమిచ్చెను. తిమ్మరుసు ఇతడీ పనికి చాలునే కదాయని ధైర్యము వహించెను. అతడు నిజమైన దేశభక్తుడని రాజు సంతోషించెను. ఎంత రాజభక్తుడని పండితులనుకొనిరి. ఇతడు దండ్రితో పగకు అగునేమోయని అనుకొన్నవాడెవడును లేడు. ఓహో, ఏమి యీ ఔచిత్యము. అట్లనుకొనుట వీరమనేనికిగాని, రాయలునకుగాని, అప్పాజీకిగాని, పండితులకుగాని తగనివిషయము. అట్లనుకొనెనేని తిమ్మరుసు మనుష్యులను గ్రహించలేని వాడగును. మహామంత్రి అట్టివాడు కాదుగదా. అట్లనుకొనెనేని రాజు తనపాలసానైశిత్యమునందు నమ్మకము లేనివాడగును. పండితులనుకొనినచో తజ్ఞులే కారు. (వారు తజ్ఞులు పరమార్థము తెలిసినవారు.) కాని అట్లనుకొనినవారు కలరు. వారు పాండ్యసోదరులు; రాయలను శరణు జొచ్చినవారు. వారట్లనుకొనుటలో ఎంత ఔచిత్యమున్నది!

కవి యచ్చటచ్చట వాడుక భాషాశబ్దములను ప్రయోగించెను. పాణిగ్రహణము మొదలైన వానిలో వృత్తమును మార్చెను. అనగా ఏదో క్రొత్త వృత్తమును తెచ్చెను. అది రాజ్యప్రదానములో. ఈ రెండుచోటులను ఇవి

చేయుట ప్రత్యేకప్రయోజనార్థమై. వాడుకభాష ప్రయోగించినచోట తిమ్మరుసునోట నింద సూచించుట కొరకును, రాయలనోట వినయము సూచించుటకును. రాజ్యప్రదానములో వృత్తమును మార్చినది, నాగమనాయని అహంకారము, అతని తప్పుత్రోవను పోవుటను ధ్వనించుటకు ఇది ఎంత సుందరకవులు చేయగలరు?

శిల్పమను మాటకున్న అర్థములో కొంతభాగము బీజనిర్వహణముల ఐక్యమని చెప్పవచ్చును. ఇది చాల గొప్ప కావ్యగుణము. కావ్యమునకే గాదు నాటకమునకే గుణము. విశాఖదత్తమహాకవి ఆరవయంకములో సిద్ధార్థకునిచే ననిపించెను.

'తాకిం కుకవికిదణాడఅస్స విఅ అణ్ణం ముహేఅణ్ణం ణివ్వహణే'

అని.

(కుకవి వ్రాసిన నాటకము నందువలె ముఖమునం దొకటి, నిర్వహణమునం దొకటి అని.)

ముఖనిర్వహణముల రైక్యము సాధించలేని కవి కుకవి యన్నాడు. ఈ ఐక్యము మహోత్కృష్టముగా నిర్వహించెనా అతడే మహాశిల్పి, అతడే మహాకవి. ఈ కావ్యమునందు ప్రతి చిన్న కావ్యము ఇట్టి శిల్పమునకు ఉదాహరణముగా నున్నది. కనకాభిషేకము చూడుడు. భాషావాదన విషయమైన డిండిముని ధిక్కారప్రశంసతో కావ్య మారంభింప బడ్డది. తెల్గుభాషా సరస్వతి 'పైడిటంకాల కట్టులతోడి నగలు' విలుచుకొనుటతో నవసానమైనది. కథావస్తువునకు సంబంధించని అనవసరమైన ఒక్క యక్షరము లేదు. కావ్యము వెదకిచూచినచో ప్రత్యక్షరము, ప్రతిశబ్దము, ప్రతివాక్యము, ప్రతి అలంకారము, కావ్యరసోన్ముఖముగానే పరుగెత్తును. ఇది మహాశిల్పము. మిక్కిలిగా మాట్లాడినచో ఇంతకన్న శిల్పము లేదు.

అసలీకావ్యారంభమే రమ్యము. కవి పాడువడ్డవిజయనగరమున నిలుచుండి ఒక్కసారి యూహించినాడు. సరిగా మనస్వియైనవాడిట్లే యూహించును. హంపి చూడవలెను చూడవలె ననుకొని చివరకుపోయి చూచినవాడిట్లే అనుకొనును. విజయనగరమును గూర్చి చరిత్ర చదివెను. కావ్యములందు ఆ మహారాజ్యప్రశంస చూచెను. అది అంతయు అతిశయోక్తి అనికొనినాడట. ఒక్కసారి చూచినవెంటనే అది కాదని తెలిసికొనెనట. మరల నిది ఎంత ఆలంకారికమతానుసారిగా నున్నది.

'ఆశీర్నమస్క్రియా వస్తునిర్దేశో వాపి తన్ముఖం'

సంస్కృతకవులు తరచు వస్తునిర్దేశమే చేసిరి. వారందరు తెలుగు కవులకన్న ఎక్కువ శిల్పులు గనుక, శిల్పదృష్ట్యా నమస్క్రియ రెండవ రకము. ఆశీస్సు మూడవరకము.

అన్నిటికన్న పరమోత్తమమైనది నాటకకర్తలకే తెలిసినభావివస్తుసూచివాక్యనిక్షేపము. ఇది ఒక ఉత్తమధ్వని. సంస్కృతనాటకములనిండ నిండి తొణుకాడుచున్నది. అది సూక్ష్మముగా ఇతనియం దొకచోట గోచరించినది. పాణిగ్రహణములో 69 వ పుటలో

'గజపతి ఇంటిలో పులిముఖంబున గోవు జనించె'

ఈవాక్యము గజపతి కూతును నిందించుచు నన్నమాట. ఆమె కృష్ణరాయలయెడ బద్ధానురాగయై ఆయనను చంపుట కొప్పుకొనలేదు. నిజముగా నామె ఆవర్ణనమునకు సరిపోయినమనిషి. తండ్రి అదే అనెను. తరువాత గొన్నాళ్లకు అమెయును, రాయలును సాయంవాహ్యాళికి పోయినప్పుడు గాలిలో తిమ్మరుసు నోటినుండి యీమాటలే యూదఁబడెను. అవి దంపతుల చెవులఁబడెను. వారి యప్పటి తన్మయత్వమెట్టిదో, పాఠకుని తన్మయత్వమెట్టిదో.

ఈధ్వని సంస్కృతనాటకకవులు సహస్రముఖముల విజృంభింపజేసి కొని తమ నాటకములయందు సర్వతః నిక్షేపించినది. ఇది బీజరూపముగ నీ కవియందు వెలువడినది. ఈ సంగతి అతనికి తెలియును. పెద్దయై చాలగొప్ప నాటకములు వ్రాసెదనని నాతో ననుచుండెడివాడు.

*   *   *   *   *

అనేక గుణము లీ చిన్నిపొత్తములో నున్నవి. అందుచేత విషయబాహుళ్య మెక్కువ, విస్తరింపు తక్కువ యైనది. ఇతడు బ్రతికినచో ఎంతవాడయ్యెడివాడో? ఇందందు శబ్దగతదోషములును కలవు. అవి చాలస్వల్పములు. మహారాజ, కలబడె, స్వాతంత్ర్యము మొదలైనవి. పరజాతిను శబ్ద మీయన ప్రయోగించెను. ఇది అన్యదేశీయము. దీనినే శిష్టు కృష్ణమూర్తికవి పరదా యని ప్రయోగించెను. ఇది పుర్దాశబ్దభవము. ఈ దోషములు బహుగుణకమైన ఈ కావ్యములో పట్టింపుకు రావు.

"ఏకో హి దోషో గుణసన్నిపాతే నిమజ్జతి."

గుంటూరు,
20—1—38.

విశ్వనాథ సత్యనారాయణ.

హంపీ క్షేత్రము

నేటిస్థితి

౧

అవి చరిత్రలో చూచిన యణువు లట్టె
మఱువబడినవి, అవి కావ్యసరణియందు
అతిశయోక్తులు నమ్మరాదయ్యె వాని
కల్ల నిజమయ్యె నీవు సాక్షాత్కరింప.

పొంగిపోయిన యెడదలో పుటము పెట్టి
రగుల జొచ్చెను మాదు సామ్రాజ్య నాశ
నంపు తలపులు లోని యానంద మంత
యావిరిగ మారె, ఆర్ద్రము లౌ తలపులు.

బ్రతికియు వేయి, ప్రాణములు బాసియు వేయిమదేభ మన్న సా
మెత కనురూపమా చరిత మేసుమి నీయది కానిచో మహో
న్నతి నఖిల ప్రపంచ గణనంబున మాయనికన్న నేటి దు
ర్గతి గనికూడ మాయుటకు రాదు భవత్కథ శాశ్వతం బటే.

కొండలు

కొండకుఁగొండకుఁ బ్రకృతి కొక్కెములూడెను, లంకెలంకెలై
చండసురాధిపాయుధ వశంబులు గానివి బారుబారులై
యుండె మహాద్రివప్రవలయోన్నత గోపుర దుర్గపట్టణాం
బెండిన యేటిదిబ్బవలె నెట్లిటు బీటలు విచ్చిపోయెనో!

ఒకకొండ కొకకొండ ఊపి రాడగనీని
ఉరిత్రాటియుచ్చు "లా" నొప్పు నొకట
ఒకకొండ నొకకొండ యొడిలోన లాలించి
చుబుకంబు నిమురు "లా" చొచ్చు నొకట
ఒకకొండ నొకకొండ ఓడించి యెత్తులో
జబ్బలు చరచు "లా" సాగు నొకట
ఒకకొండ రాజు పేరోలగంబున గట్లు
కొలిచి యుండినలాగు కుదురు నొకట
కొండలును రాత్రిబండలుగూడ నిట్లు
మానవుల చేష్టలం దోనమాలు దిద్దు
వరవడి గ్రహింపగా జీర్ణవైభవముల
మరచి పోగల్గుదుమె తెల్గు చరితమందు.

అచలము లంచెలంచెలుగ నల్లిన కోటల దాట రీనదీ
ప్రచలతరంగ ఘాతముల బాధకు నక్రనిశాత దంతపుఁ
రుచులకు, పైన కూల్చెడివిరోధులబండలకుఁ దెగింప లే
క, చకితులైన మూఢులు వికర్తనకర్తలచే తుదిఁ నృపుల్.

తుంగభద్ర

పరిఖావ్యాజముతోన చుట్టుకొఁ బంపాస్రోతమాత్మీయము సుం
దర నీలాకృతి తత్ప్రాకాద్రిచయబద్ధస్వాంగయై వప్రబం
ధురదుర్గ ప్రతిబింబితాంబు చలనోద్యోగంబులో పొంగి శ
త్రురయంబున్ పరిమార్చి నైజబలమందున్ పొందెనా సన్నుతుల్.

నిగనిగలాడు సోయగము నాదేకాని
నీలిమబ్బులకు రానేర దనుచు
గబగబ నడచు లాఘవము నాదేకాని
తెలిమబ్బులకు వట్టిదే యటంచు
తళతళ లాడెడు తళుక్కు నాదేకాని
మబ్బు దివ్వెల నుత్తమాట యనుచు
జిలుజిల్లు మనిపించు చలువ నాదేకాని
వర్షాభ్రముల రిత్త వాక్యమనుచు
సొగసులో పారుదలలోన చుట్టుపట్ల
చిందుశీకరములలోన జీవనముల
లోన పంపాస్రవంతిక సానువులను
వ్రేలు మేఘప్రవాహాల నేలుకొనును.

రాళ్ళు

శిలలు ద్రవించి యేడ్చినవి జీర్ణము లైనవి తుంగభద్రలో
పల గుడిగోపురంబులు సభాస్థలు లైనవి కొండముచ్చు గుం
పులకు చరిత్రలో మునిగిపోయిన దాంధ్రవసుంధరాధిపో
జ్జ్వల విజయప్రతాపరభసం బాక స్వప్నకథావిశేషమై.

నునుపులు సానబెట్టక యె నూత్నము లెప్పటి కప్పుడే శిలా
గణములు, ఒక్కటొక్కటి శకంబులనాటి చరిత్ర నారిపో
సిన యది తత్కళాప్రతిభ జల్పిన దుష్టవిధిప్రధాన సా
ధనములుగూడ విస్మయవృతంబులు కించి దుపాత్తదుఃఖముల్

ఈ పెనుకొండబండ లెటులెత్తిరో ఆకసమంట లాఘన
ప్రాపితకార్యమా యిది "సభాస్థలులై నవి కోటలైనవం
తా పనిహాండ్రి కౌశలవిధానమె చూపు బలే" నవీనయం
త్రోపకృతుల్ విదేశపువిధుల్ పిసరంతయు నేర్చినారటో!

కొక్కెముల్ రాతినొక్కులుగాగ ఉయ్యాల
సలిపినా డొక కొండపలక తొలిచి
సోపానములు రాతిసుళ్లుగాగా నుయ్యి
కొట్టినా డొక కొండగుట్ట తొలిచి
దూలముల్ రాతిబాదులెగాగ హర్మ్యము
కట్టినా డొకకొండకటిని తొలిచి
వేదులెల్లను రాతివిరుపులుగా రచ్చ
దిద్దినా డొకకొండదిబ్బ తొలిచి
సర్వనిర్మాణముల నద్రిచయున నందె
శిల్పి చేతిసాధనముల చెక్కినాడు
మరలు లేకుండ యంత్రాలమహిమ లేక
ఆమహాశక్తికిని హేతు వరయ లేము.

సర్వనిర్మాణమును శిలాస్థావరంబు
నాడు హంపీవెలుంగు విజ్ఞానమందు
సర్వనిర్మూలనము శిలాస్థావరంబు
నేడు హంపీ నశించిన పాడుస్థితిని.

తిమ్మరుసు కచ్చేరీ

తిండికి లేక ఎంగిలి జతించిన మేనున తెల్గురాజ మా
ర్తాండుని తేనప్పై ప్రణవతత్త్వము దెల్పెడి బాలకృష్ణుడై
యుండిన మంత్రితిమ్మరుసు ఊహల పావనమైన రచ్చలో
నుండిన మంటతో నదియు మారె మసీదుగ మాచరిత్రలో.

చాకలిదాని మేడ

[రామరాజు చాకల కన్నెను వలచినాడు. దానికి దివ్యభవనము కట్టించినాడు. తురకలు బద్దలుకొట్టినా పగలకుండ దాని పూర్వవైభవము ఇప్పటికీ కాస్త కనిపిస్తుంది.]

చాకలికన్నె లేనగవుచాటున ముత్తెపుపంట మానస
వ్యాకులమై తచ్చరణవాతర మోద్ధత ఘూర్ణిఘూర్ణిసర
స్వీకృతచుస్తకుండయి వసింపగ గట్టిన మేడ శిల్పవి
ద్యాకృషిలోనశిల్పికిసతంబౌకభావములూరువ్యాఖ్యయా.

చాకలిమాటలో మురికిచాలుల శాంతియు సేవ ఓర్పు లే
కీకృతమాట గాంచి గుణకీర్తన చేసెను రామరాజు మా
చాకలికన్నె వన్నె పరజా తళుకీనిన మేడగోడలన్
తాకిన చిత్రచిత్రముల తల్పముపై ప్రణయామలాత్ముడై.

అష్టకోణ జలక్రీడాగారము

జలధారాంతర కేళికానిలయ మష్టాస్యంబు తత్క్రీడలో
పల స్వేచ్ఛావరణీయు లూగుదురు శుంభద్వ్యోమగంగాసరి
త్కలహంసీమృదు రావగీతములనాకాంక్షించుచున్ రాచవా
రలు చేటీజనహాస్యవాగమృతధారామోహితాత్మవధుల్.

దురంతస్మృతి

బాకుపోటున చిమ్మబడిన నెత్తురుజల్లు
వెల్లవేసెనె రాజవీధి నిచట
గళపాశములు నీల కబరీభరంబుల
పదనులో మిత్తి సాపడెనె యిచట
కులదేవతకు మ్రొక్కుకొను వేళ హారతి
పొగలతావికి కత్తు లెగసెనె యిట
అంత్యసందేశగాఢాలింగనంబుల
కలియనొత్తైన చురకత్తి యిచట
శిరము తెగి మొండెమై కోటబురుజమీద
పడక నిలిచిన "కాపలా" భయముచేత
శాత్రవులు కోట కెగబ్రాక జంకి సమయ
మునకు వేచుక తలదాచుకొనిరె యిచట.

దేవాలయములు

ఏదేవి చిలికెనో ఈపాలమీగడ
విట్ఠలాలయశిలా వేదులందు

ఏజోదుచిందెనో ఈరక్తగంధము
నరసింహదేవు పేరురముమీద
ఏశిల్పిదిద్దెనో ఈకారుమబ్బులు
ద్వారపాలకరాము తేరు*మీద
ఏరాజుతూగెనో ఈతులాడోలలో
తులసిబంగారు మొక్కలకు మ్రొగ్గి
ఏమహాభక్తు డిట జపియించినాడో
దివ్య కోదండరామ పథిశ్రమాప
నయన శబరీఫలాపేక్ష నియతుఁడగుచు
కాలపుం దాటులందు సంకరము లన్ని.

ఆంధ్రాధిపాతపత్రాచ్ఛాదనాచ్ఛన్నై
రూపాక్షనాథు కర్బురపుకాంతి
♦ సరిగమపధనిసస్వరవల్లకీతుల్య
రవ విఠోబా స్తంభ రాగఫణితి
కోదండరామ సాంగోపాంగ నీలరో
చిత్రప్రసారార్ద్ర శిలాప్రతిష్ఠ

---

* ఈ గుడిని హజార్ రామస్వామి ఆలయ మంటారు. అక్కడవున్న రాతిరథముమీద చిత్రములను గూర్చి.

♦ ఇది విఠోబా ఆలయములోనిది. అక్కడి స్తంభనిర్మాణం బహు చిత్రంగావుంది. ఒకపెద్దస్తంభంమధ్యవుంటే దానిచుట్టూ ఏడు పిల్లస్తంభాలు వుంటవి. అవి ఆరోహణావరోహణక్రమంగా సప్తస్వరాలు పలుకుతవి.

ద్వారదేశాధిష్ఠ శ్రీరామదేవాల
యస్థ శిలా చిత్రయజ్ఞవాటి
పన్నగస్వామిశయ్యా సపాండురాను
ణచ్ఛ విప్రసన్న పరిశాంత ప్రమోద
పద్మనాభ మహాదేవు ప్రతిమగాంచి
విస్మయాధిక్యమున దేహవిస్మృతులము.

కో దం డ రా మ స్వా మి

ఇనవంశోద్భవు డాలికై రణము చేయించెగదా నీకునై
తన కోదండము నెక్కుపెట్టినటు స్వార్థంబా మహాదేవదే
వునికే కల్గ మనుష్యమాత్రులకు తప్పౌ నైజశక్తిప్రతా
ప నిరూఢుల్ సుతులుండగా కలిగెనా పంపాసతీ! దుఃఖముల్!

నరసింహస్వామి-విరూపాక్షస్వామి

గజినిమహమదు కోపించి కత్తినెత్త
సోమనాథుడు పిడికెడు చూర్ణమయ్యె
నారసింహునికోరల నణకె నేటి
కీవిరూపాక్షుకంటిలో నిసుము చల్లి.

౩

మంటలో నీదుమూర్తిని మాడ్చునాడు
కామదహనార్చిలో అగ్నికణ మొకండు
గాని కన్పింపబోదు ముష్కరవిరోధి
ఖడ్గములు పూతములా? రోషకలుషితములా?

సంకీర్ణములు

ఆంతరంగిక భావణాలయంబున దిమ్మ
పగులు చూపింప దిప్పటికీగూడ
పంపాసరస్సులోపల లేతతరగలో
విరుపు కన్పింప దీవేళగూడ
"చిగురుకొమ్మైనను చేవన్న" పెద్దన్న
నుడి పొల్లుగాని దిప్పుడునుగూడ
* భీమసేనేక్షణాభీలరక్తిమలోన
నలుపు కన్పింప దీనాడుగూడ
జడము లివి చేతనత్వంపుజాడ లేల
నేటికిని వీనిలో నిట్లు నిలిచిపోయె?
దివ్యసామ్రాజ్య పీఠాధిదేవతయగు
మా తెలుగువీర్య మేల యచేతనంబు?

ఈ జీర్ణకుగ్రామ మేమి చూపించును
తెనుగు రారాజు పండిన యశస్సు
ఈ 'లంజదిబ్బ ♦'యం దేనీతి నిలుమను
రాకాసి రేడంటరానిమంట

---

* కమలాపురము వెల్లేత్రోవలో నగరరక్షకుడుగా పనిచేసిన భీమనాయకుని ప్రతిమ నల్లరాతీమీద ఎఱ్ఱరాతికళ్లతో చెక్కినారు. బ్రతికిఉన్న మనిషికి కోపంవస్తే ఇంత కంటియెరుపు ఉండదు.

♦ అప్పటి భోగమువాళ్ల వీథిని ఇప్పుడు లంజదిబ్బ అంటున్నారు. ఇక్కడే సీతమ్మను రావణుడు అపహరించి ముట్టుకోబోయి పతివ్రతాగ్నికి భయపడి గడ్డతో అమ్మవారిని రథముమీద పెట్టుకొన్నాడట.

ఈపాడుగుళ్ళలో నేమి శేషించెను
తెలుగుభక్తుడు కత్తితెగిన యెరుపు
ఈకొండకోనలం దేమి శబ్దించును
వాల్మీకి యమృతంపు వానచినుకు
భారతీయపురాణ రూపములలోన
తెలుగుసామ్రాజ్యమును వన్నె దిద్దుకొనెను
జీర్ణవిద్యామహారణ్య సీమయందె
కనుక ఫలితము రెంట నొక్కటిగ నిలుచు.

రామయ్య మర్కటరాజుతో భాషించు
గుట్టరాయలవారి కోటకొమ్మ
సీతమ్మ స్నానాలు చేసి జపించిన
రేవు శత్రులు తేలలేనిలోతు
మాతంగముని తపోమహిమ నేర్చినకొండ
గుహా కమలవ్యూహగుణము కలది
శబరి యెంగిలిపండు చవుల నూరినగుహా
రారాజు దైన ఫిరంగిశాల
మాపురాణ వీరులనాటి మహిమలెల్ల
ఆంధ్రసామ్రాట్ప్రజా రక్షణాలయములు
గా స్థిరపడినవి నిజముగా కనబడి
తుదకు పౌరాణికములట్లు తూలిపోయె.

మహార్నవమిశాల

[దసరా దిబ్బ]

కురిసిన దెచట వాక్కలజృంభణములోన
కవిరాజుపైన బంగారువాన
సలిపిన దెచట ధూర్జటి దివ్యలేఖిని
నవ్యవారాంగనా నర్తనంబు
తొడిగిన దెచట నిస్తుల రాజహస్తము
కవిపితామహు కాలి కంకణంబు
విరిసిన దెచట ప్రవీణవాచస్పతి
రామలింగని హాస్యరస సమృద్ధి
అది శిలలదిబ్బ దసరాలకైనదిబ్బ
తెలుగు లలితకళాదేవి తీర్చినట్టి
కొలువుకూటపుదిబ్బ వన్నెలకుదిబ్బ
మా మహర్నవమీశాల మంటపంబు.

ఆడుచున్నది రెక్కలార్చి గరుత్పతి
తెలుగుజెండా కర్రి తీసికేల
పిలుచుచున్నది పాలపిట్ట రాయలపేళ్ళు
వరుసగా గద్దె నెక్కరదియేల
పాడుచున్నది రిచ్చపడి కోకిలాంగన
అష్టదిగ్గజము లేమైరి రారు
విలుచుచున్నది నెమ్మి విసిగి వన్నెలరాళ్ళ
తళుకమ్మదేల వర్తకులగుంపు

ఆంధ్ర సామ్రాజ్య నాటకాభ్యంతరమున
చివర తెర జారిపోయినచిన్నె లరసి
మంగళంబును బాడినమాడ్కి నేమొ
తీరి గొంతెత్తుచున్న దీ ద్విజకులంబు.

స్నా నా ల చె రు వు

అతిథుల స్నానాలకై త్రవ్వినారటో
పనిబూని యీ రాత్రిపలక చెరువు
పాడిపించినారటో మడిబట్ట తగిలింప
రకరకంబులగుబ్బ రాతి మేకు
జపతపంబులకయి సమకూర్చినారటో
పుణ్యాంగనలు రాతిపూలపీట
కరగించినారటో గంధాక్షతద్రవ
స్ఫటిక శోణత రాతిసాలనురుగు
వానతడిసినభూమిమై సానవడిన
ఇనుపకమ్మియునై కోతగనిన శయ్య
ముక్కలైయె నీటిబొట్టుల మొనలుకరుగు
చందనంబయ్యె తెల్గు వజ్రాలగుండె
నాడు, శత్రులు ఛేదించునాడుగూడ.

న ర్త న శా ల

కాళ్ళ పారాణిచిక్కన నృత్యవేళల
చెమటలో కరగిపోసినది "చార"

చక్రభ్రమణవేళ జలతారు తలకట్టు
తెగినముత్యాలు దిద్దినది "ముగ్గు"
విశ్రామ కేళికావేళ వాదించి ప
చ్చీసులో నెంచి కచ్చినది "పావు"
నృత్యగానపరీక్ష నెరిగి దినాభ్యాస
మునకు ధరించి విప్పినది "గజ్జె"
రేగిపోలేదు, చెరగనులేదు, కదలి
పంటగడి తప్పలేదు సప్తస్వరాల
కనుగుణంబుగ మ్రోయ మానినది లేదు
నేటికిని గిన్న రాంగనానిచయ మాంధ్ర
రాజకన్యానుసరణ పరత్వమందు
తెలుగు నర్తనశాలలో తిరుగుకతన.

వెన్నెలరేల మా తెలుగువీరులు కిన్నరకామినీ వయో
భ్యున్నతి కొల్లగొందురట పూర్వము తమ్ముల రాచకన్నియల్
మన్ననచేసి ప్రేమమున మంచినగాథల జ్ఞప్తి నాకమం
దున్నను వాడుకల్ విడువనోపరు నైజము లిట్టివేగదా.

నర్తనశాలలో ప్రణయనాట్య మొనర్చిన భీమబాహువై
వర్తనమప్డు కీచకునివంతితిహాసములోన తెల్గు భూ
భర్తపసిండిసాలపయి బారిన మ్లేచ్ఛుల కంటిచూపులన్
వర్తిలు కీచకత్వముల వంతునకొక్కడు లేడె భీముడై.

గురుపూజలో తృప్తి కుదురని సన్యాసి
చిరునవ్వు మొలక వంచించెనేమొ
సిరిగర్వమున దృష్టి చెదరిన సిద్ధాంతి
గుణకారలబ్ధి సంకుచితమేమొ
కవిరాజు పద్యసంకల్ప హర్షంబున
విషమాత్సరంబు కన్పింపదేమొ
దాసియయ్యు పతివ్రతాత్వభంగము కోడి
నిట్టూర్పులో నగ్గి నిలిపెనేమొ
తెలుగురాజుకుపుట్టిన తెగులుపురువు
తొలిచెనో యేమొ ఆంధ్రుల తొలకరిసిరి
కానిచో ఎన్న డనుకోని దీనచరిత
కాస్పదంబయిపోవునే ఆంధ్రమాత!

హంపీస్థాపన

[ఆనెగొందిపక్కనున్న చిన్నపల్లెటూరు హంపి. దానిస్థాపననుగురించి అక్కడివారు అనుశ్రుతముగా చెప్పుకొనే కథ యిది. ఓరుగల్లు కాకతీయులతో ఢిల్లీపాదుషాలు పోరాడి వరుసగా పన్నెండు సంవత్సరాలు ఓడిపోయినారు. చివరకు యుద్ధములో గెల్చి రాజును ఖైదీగా పట్టుకొన్నారు. హరిహరరాయ బుక్కరాయలలో ఒకరు మంత్రి, ఒకరు సేనాపతి. పాదుషా ఢిల్లీ వెళ్ళేటప్పుడు ఆ అన్నదమ్ములను జామీనుగా ఉంచుకొని, యుద్ధాలలో తనకయినఖర్చు యావత్తు ఇస్తే వారిని వదలివేస్తా నన్నాడట. తెలుగువారు డబ్బుఇవ్వలేదట. లాభములేదని పాదుషా వారిని విడిచిపెట్టి వెళ్ళిపోయినాడు. తర్వాత అన్నదమ్ములు సిగ్గుతో అడవులలో తిరుగుతూ ఉంటే శ్రీ విద్యారణ్యస్వామివారు వారి రాజలక్షణాలు గ్రహించి హంపిలో వారిని ప్రభువులుగా నిలిపినారట. కొంతకాలానికి వారు చూపిన అనాదరణకు స్వామివారు వారిని శపించినారట. ఈశాపము మార్చినాము.]

"ఆహవనష్టమైన సిరి యంతయు నీవలె తెల్గువారు, హో
మీా హరిబుక్కదేవులు సుమీా" అను మ్లేచ్ఛుని గేలిపల్కులో
సాహస మున్నదా ? మరువ జాలెన ? ద్వాదశవర్ష సంగర
శ్రీహరణమ్ము "తెల్గునృపసింగము" చేత ప్రతాపరుద్రుచేన్.

ప్రారంభోదయ నైజతేజులును, పారంపర్య శౌర్యాగ్నికీ
లారక్తాక్షులు దీనులై తురకసమ్రాడ్బద్ధులై, వాంచినా
రా రత్నార్పిత శీర్షముల్? జలదధారాభిన్నమై మేరువే
నీరై పోయెన? చూతురా 'తెలుగురాణీ' గర్భ నిర్భేదముల్?

అనుచునోర్గల్లు పురవీధులందునిలిచి
తెలుగుతల్లులు ఘోషిల్లి పలికినారు
హరిహరుడు బుక్కరాయలు నడుగడుగున
కుములుచున్నారు దృష్టి దిక్కులకుబరపి.

కాకతిరాజ్యవైభవ వికల్పనదక్షుడు మ్లేచ్ఛరాజు ఢి
ల్లీకి ప్రయాణమై చనె, ఫలించిన పంటల కాసుగూడ బం
దీకృత మోక్షయత్ననిరతిన్ వ్యయపెట్టరు తెల్గువారు; రి
క్తీకృత లాభనిశ్చయవిధిన్ చ్యుతులౌ హరి రాయసోదరుల్.

'మొగిలుమరుంగునంబడి విముక్తరుచుల్ ప్రకటించుభాస్కరుల్
తెగబడలేరు కర్మనియతిన్; అటులే హరిరాయ సోదరుల్
జగముల నేలజాలు గుణసాగరులయ్యు పరాజయ వ్యథా
నిగళము బాల్పి తెల్గుజననిన్ భజియింపకరాక ముక్తులై.

సిగ్గుపడపోయి శక్తిలో మ్రగ్గిపోయి
కారడవులందు తిరుగుచున్నారు జాలి
బ్రహ్మవిద్యాఫల ప్రాప్తి ప్రభలజిమ్మ
మాధవస్వామి కరగి సన్మాన మిచ్చి.

"కాలముమారిపోయి శునకంబులు బొబ్బటిలంగ బెబ్బులుల్
చాలక నిల్చిపోయినవి, శాశ్వతమా విజయప్రవృత్తి ఆ
శాలవబీజమే పరవశంబున పొంగి పునఃప్రయత్న వాం
ఛాలత లల్లి నిర్మలయశస్సుమముల్ విరియించుచుండు పో."

అనుచు కుందేళ్ళు బోయుల ననుకరించు
వేటకుక్కల తరుము పవిత్రదేశ
మరసి తనపేరు దానిపై బరపి మంత్రి
పూత మొనరించి భావిసంపూర్ణదృష్టి.

వనవాసవ్రతనిష్ఠురత్వమున సర్వాంగవ్యథాశుష్కుడ
య్యును ఆంధ్రావనిఘోషలో తనకుసాయుజ్యంబు లేదంచు నెం
చెను సన్యాసి ప్రతిష్ఠ జేసెనట సుశ్రీయుక్తుగా హాక్కరా
యుని విద్యానగరాంధ్రభూపతిసదుద్యోగంబులో పొంగుచున్.

విష్ణువర్ధను డప్పుడు నవ్వెనట, హర్ష
బాష్పపులకిత శంపాభవంబు నూత్న
తేజ మొక్కటి ఆంధ్రభూదేవునోసట
తోచినదియంట దేవదుందుభులు మొరయ.

అరయుచుండిరి విమానముల్ వరుస నిలిపి
తన్మహోత్సవమాధుర్యతన్మయులయి
గౌతమీ శాతవాహన శాతకర్ణి
వంశభవులును "చాళుక్యవంగడమును."

పంచాంగస్థిర సన్ముహూర్త నగరప్రారంభమా దానధ
ర్మాంచిద్భూషణవస్త్రరత్ననిచయ ప్రఖ్యాతి నాశీస్సు గా
వించెన్ భూసురవాణి; అం దొకటి తృప్తిం జెందగా లేక కో
పించెన్, పాతకులయ్యు విప్రులపు దుర్వీనాధసంపూజ్యులే.

ఆ కోపము శాపంబై
కాకోలవిషాగ్ని రేచి కాల్చినదట సు
శ్రీకము విద్యారణ్య గు
హైకము హంపీపురీమహాశ్శైఖరమున్.

విద్యారణ్యమహర్షి నిత్యమని భావించెఁ మహారాజ సం
పద్యోగంబున హక్కరాట్కులము దేవస్వామి కన్నెర్రయై
సద్యోవైరము దాల్చి మండెనట మాత్సర్యాగ్నిలోధూమవే
ణీద్యోతంబయి నేలమట్టమట హంపీపట్టణ శ్రీద్యుతుల్.

నిలిచి నన్నాళ్ళు నొకతీరు వెలిగినదియు
వెలిగినన్నాళ్లు మిరిమిట్లు గొలిపినదియు
విజయనగరమ్ము చరితలో విస్మృతమయి
కవిసువాక్చిరజీవితాంకమువహించె.

విద్యారణ్యులు

[కాకతిరాజ్యము నశించినది. దేశక్షోభ చూచి, వెంటనే తపస్సుమాని రాజకీయములలో ప్రవేశించి హంపీలో తెలుగురాజ్యము పునఃప్రతిష్ఠచేసి మంత్రియై, సంస్కర్తయై, మతోద్ధారకుడై, మళ్ళీ తపస్సుతో ముక్తిపొందిన వాడు విద్యారణ్యులు. ఈయనవిగ్రహము విరూపాక్షుని గుడివెనుక వున్నది. రోజూ పూజాపునస్కారములు జరుగుతూవుంటవి. ఏటేటా ఉత్సవము జరుగుతుందట. ఇతనికి విరూపాక్షస్వామితో సమంగా సత్కారం జరుగుతోంది. ఆవిగ్రహాన్ని చూచినప్పుడు కలిగిన ఆవేశంలో స్ఫురించిన బావాలు యీ పద్యములకు ఆధారము.]

తమము నడంచి యుత్తమపదంబును పొందిన మానులందు స్వా
ర్థమొకటె గుత్తగొన్నది పరస్పర సంశ్రియభావ బంధన
క్షమము పొల్చువ్యక్తియునుసంఘము దానినతిక్రమించి స్వీ
యమునకు లోకముఁ వదలినట్టిఘనుల్ నిను మెచ్చుకొందురే?

"లోకము భద్రమై సుఖవిలోకనమై పొలుపొందునాడు స్వ
ర్లోకమొ మోక్షమో గని వెలుంగుట ధర్మముగాని; లోకమే
చీకటియై విపత్తులకు చిక్కిననాడు తపంబు మోక్షముఁ
చేకొని ముక్కుమూసుకొని చెట్టుల గుట్టల బట్టధర్మమే?"

అని తలపోసి తెల్గుభువనప్రియయంబున కడ్డుకట్ట వే
సిన మహనీయమూర్తి వని చెప్పిరి నిన్నొక విగ్రహంబు చే
సి నిలిపి నిత్యముఁ ప్రజ భజించుచు నుండుట గాంచి ధన్యజీ
వనపథవర్తులైతి మనువారలు నీగుడి చూడవచ్చుచోఁ.

దేశక్షోభ, మరాజకంబును, మదాంధీభూత శత్రుక్షమా
ధీశోజ్జృంభణ, మాస్త్రపౌరజనవృత్తి చ్ఛేదనోద్రేక, మ
త్త్యాశాపూరిత రాష్ట్రపాలక దురంతాఖ్యానమున్, కాకతి
శ్రీశుం డోసిననాడు తెల్గుధర ముంచెన్ నీయశస్సృష్టికై.

అల నందాన్వయమగ్గిలో బూగలి సీరై పోవ, నందుండి మౌ
ర్యుల సామ్రాజ్యము బైటబడ్డయది విప్రుండొక్క డానాశస్ర
ష్టులకున్ హేతువు నీవో, కేవలము తేజోమూర్తివై సాత్వికో
జ్వలసృష్టిప్రతిపాదకుండ వయినావా? తెల్గు సంశ్లాఘనన్.

చెరిచిన దాని బాగుపడచేయుట దుర్లభ, మట్టి తెల్గురా
జ్యరమను, ఓరుగల్లు నిలయంబున కోటలుపడ్డ రాళ్లపెన్
బరువుల క్రుంగువాని, సులభంబుగ పైకి తెరల్చి దివ్యసుం
దర రుచిమూర్తి చేసితివి తల్లిఋణంబును తీర్చినావు పో.

ఒక చేత, పాడైన ఓరుగల్ సిరులను
విద్యానగరరాజవీధి కెత్తి,
ఒక చేత, క్షీణత నొందు హిందూమత
వైశాల్యభావ సంపదల నెత్తి,
ఒక చేత, రాజకీయోన్నతిలో మంత్ర
శక్తియుక్తుల పరజాల’’ నైతి,
ఒక చేత, యోగసాయుజ్యాంత రానంద
తత్వసారాచ్ఛసాధనము లెత్తి

ఇహపరంబుల నుత్తరాజన్యములను
ఒకటిగాక ట్టి పోషించి వికసింవన్ను
జాలములఁ బైక్యపరచి నిస్సంగమందు
సంగివై సంగమందు నిస్సంగి వైతె?

అపుడు పురాణకాలమునయందు వసిష్ఠుడు: రాజ్యవేత్తలక్ష
నిపుణుడు సాధుపుంగవుడు నేడు మహాత్ముడు గాంధి, తెల్గుభూ
మిపతి చరిత్ర వేళనుసుమీ యు మధ్యమునందు నీవు; మా
తృపద నితాంతపూజకు విధించిన బ్రహ్మమునాడుమూర్తులా?

ఒకకాలంబున నొక్కదివ్యఋషి చేయుర్ణ రాజ్యనిర్మాణసా
ధకవర్గం బ శక్తిమంత్రము స్వాతంత్ర్యంబు స్థాపించు, న
శ్లైకదా నీదు పవిత్రజీవితము వర్తించుర్ణ, యశఃకాయ కా
ముకతాంవారలెటుల్ దలంచిన సదా మోదంబు గాకుండునే?

అది జలాంతర్గత మఖిలలోకలయంబు
వటపత్రమున మోచువా డొకండు
అది కాలకాకోల మగ్నిదగ్ధలయంబు
గళమునందున నిల్పగల డొకండు
అది ప్రభంజన వేగ మాకంపనలయంబు
వరముతో గెడపెడివా డొకండు
అది మహాభూభార మణగద్రొక్కు లయంబు
గోడెలపై నిల్పువా డొకండు

కట్టుకథ లివి పౌరాణికములు తెల్గు
రాజ్యవిలయాంతరమున నరణ్యములను
కందమూలాల బ్రతుకుచు గడపు వెర్రి
బ్రాహ్మణుడు రక్షకుండగువాడె? వింత?

నీకన్న కడుగొప్పవారలు తపోనిష్ఠాత్మకుల్ పుట్టరే
లోకంబందున? వారి దేవతలగా రూపించి యేకోట పూ
జాకళ్యాణము సల్పినారె? ప్రజ లుత్సాహంబు రెట్టింప నీ
కే కావించు టదేలనోయి? పరమాంగీకార సూచిప్రభల.

"ఆత్మవత్సర్వభూతాని" యని తలంచి
నిన్ను నీదేశమాతతో నున్నతముగు
పదవి పొందించి ఆటలో పండినావు
ముక్తి నీకు దేశానికి భుక్తిభక్తి.

నీపేరు శాశ్వతంబయి
నీపేరున నిల్పినట్టి నిలయము నుస్థిరమై
నీపూజ వీరపూజో
ద్దీపనమయి నిల్చెనోయి తెల్గుధరిత్రిన్.

ఆకన్నమూతలో నంతర్విలీల పం
చానిల స్తంభనాత్మార్చి వెలుగు
అబ్రాహ్మ మోడ్పులో నసమాక్షు సెగకన్ను
మంట రేగినయట్లు మాటు మణుగు

ఆకన్ను విప్పులో నఖిలరాజన్య శి
క్షాదక్షమైన వర్చస్సు మెరయు
ఆ చిరునవ్వులో నాంధ్రసామ్రాజ్య సు
శ్రీనవ్యజీవనశీలి మిముడు
ఈ శిలావిగ్రహమునందె యింతగొప్ప
కుదురుకొనియుండ ఊహాలు గుములుకొనిన
ఎంతవాడవో నిను స్తుతియింప గలమె?
విజయనగరాంధ్రదేవుడ వే నిజంబు.

కనకాభిషేకము.

గణగణ మ్రోయుఢక్కయడి కంచుఢియంట చతుఃశ్రుతిప్రచా
రణమున వ్యాసమానియుఁ రాయలు మెచ్చిన కింకవీంద్రవా
రణ మృగరాజ మంట భళిరా మన డిండిమభట్టు వానిపే
రణచగ వచ్చెనా యిత డహంకృతి రూపము నెత్త లేమగా!'

అనువారు 'ఇతడటయ్యా రెడ్లకవిరాజు
డిండిమభట్టు నోడించు చిన్నె
యొక్కటియు గనరాకున్నది వేషము
దక్క లేదేమొ వాదనకు శక్తి"
యనునారు నై ప్రజలంతంత పొంచి చూ
చెడువారు నై వెంట నడచుచుండ
విద్యానగరరాజవీథుల నిసుక చ
ల్లిన నేలపైన రాలినది లేక
శారదాంఘ్రిద్వయార్చనాంభోరుహంబు
వికసితంబైన మనసులో వేవెలుంగు
తేజములు నిండిపోయి మదేభగామి
ఆంధ్రకవిరాజు శ్రీనాధు డరుగుచుండె.

"ఆగమంబుల నిధియైన విప్రుడు తల
నేదయ్య జుట్టు గోష్పాదమంత

డిండిమభట్టు కీర్తిని గడించుటలో ముదితేరినాడు తత్పాండితి దక్షిణాపథ విభావరి వెన్నెల లారవ్రాసె మార్తాండుని తేజ ముట్టిపడు తన్ముఖమండల మామహోత్మ్మపై దండుకు వచ్చినాడు ఫలితం బనుభూతము కాదె వీనికిన్.

అని మనసులోన తలపోయు నవనిపతిని
దక్షిణాకరంబు పైకెత్తి దంతదీప్తు
లావరింప మహాసభ నాకవీంద్రు
డాశుధారల నాశీస్సు లాడినాడు.

"పంపావిరూపాక్షు బహుజటాజూటి కా
రగ్వధ ప్రసవ సౌరభ్యములకు
తుంగభద్రా సముత్తుంగ వీచీఘటా
గంభీర ఘుమఘుమా రంభములకు"
పూర్వాంధ్రరాజ్య సంపూర్ణశౌర్యానల
ప్రత్యక్షపుణ్యప్రభావములకు
హిందూమతో ద్ధారణేందూదయవికాస
చాలితాధ్యాత్మ్యప్రచారములకు
గాఢ డిండిమభట్టు దా కంచుఢక్క
మోది పగిలించు సర్వవాగ్వాదనలకు
మనసుపడి ప్రౌఢ రాయలమందిరమున
నడుగు పెట్టిన కవిరాజు నయ్యనేను.

“వచియింతు వేములవాడ భీమన భంగి
నుద్దండలీల నొక్కొక్కమాటు
భాషింతు నన్నయభట్టు మార్గంబున
నుభయవాక్ప్రౌఢి నొక్కొక్కమాటు
వాకింతు తిక్కయజ్వప్రకారము రసా
భ్యుచితబంధముగ నొక్కొక్కమాటు
పరిఢవింతు ప్రబంధ పరమేశ్వరుని రేవ
సూక్తివైచిత్రి నొక్కొక్కమాటు”
వ్యాసముని వ్రాలి వాల్మీకి వాక్కు వ్రాలి
కాళిదాసునివలె హర్షకవిని వ్రాలి
ప్రతిపదరసోదయంబు నాపలుకు తెలుగు
నాయకా! నన్ను ప్రజలు శ్రీనాథు డందురు.

వేదార్థంబులవాదమో కవితలో వీణాశ్రుతుల్ నించుటో
లేదా తర్కమొ నీతిసూత్రముల నాలింతో మరేదో వృథా
గాదా కాలము నూరకున్న సెలవీగా వేడెదన్ డిండిముం
డేదన్నన్ సరిసిద్ధమే పగులవేయింతున్ ప్రభూ, ఢక్కలన్.

గౌతమీనది పొర్లి గారవించినదయ్యె
రాణ్మహేంద్రమున నారాగము విని
వేగీముహావీధి వెదజల్లినారయ్య
ముత్తైదువులు చూఫుము త్రియముల

బంగారుపళ్ళెము బంతిభోజ్యంబులో
విప్పన్నమంత్రి సేవించినాడు
నన్ను స్వీయచరిత్ర నెన్నుకోరాదయ్య
క్రొత్తవాడనుగాన కొంత చెప్ప
వలసెనను కవివంకకు తెలుగురేడు
చూచె డిండిమభట్టును చూచె తిరిగి
రణవాక్కులలో విజృంభణము పెరిగ
గుక్కత్రిప్పుకో వీలులేకుండె సభకు.

"వేదాలుతలక్రిందు వెలిగించినాడంట
మాకైనరాద యీమాటకేల
తర్కశాస్త్రాంభోధి తరియించినాడంట
యీయుక్తికి జవాబు నీయడేల
కవితలో వాణిరెక్కలు కట్టినాడంట
అతని ధారాశుద్ధి కందడేల
పాతంజలంబు సంపత్తి వీనియందుంట
సూత్ర విరుద్ధ మిచ్చునదియేల
డిండిముడు పూర్వరూపము డించినాడొ
కాక పుంభావవాణిగా కవి యితండు
పుట్టెనో భూమిపై" నని పొగడుసభ్యు
లా వివాదంబు పదపద మందుకొనుచు.

అది పగిలించినారు వలయంబులునై విరళీకృతంబులై
కదలెను శబ్దముల్ తెలుగుకావ్యసరస్వతి నూపురంబుమ్రో
యు దినము లింకనున్న వనుచుండిరి సభ్యులు రాయలున్ సభా
సదులనుచూచిపల్కెను ప్రశాంతవచస్కుడమోఘవాక్కులన్

"ఏనాటిదో ఢక్క యిపుడు ముక్కలుగాను
పగిలిపోయెను చింతపడ డితండు
ఎట్టిగంభీరుడో యిట్టిగెల్పులు పొంది
కవిరాజు మాట నొక్కటియు ననడు
ఇరువురును సమర్థులే శక్తియో రెండు
మూర్తులు దాల్చెకాబోలు లేక
ఇట్టిమహాప్రజ్ఞ లెచట వింటిమి గాంచి
ధన్యులమైనాము తలచుకొలది
విస్మయముగొల్పు కథను జూపించినారు
మీ కవిత్వప్రశంసలో నాకుగూడ
స్థానము నొసంగినారు వాఙ్మయచరిత్ర
ప్రాకె రాయలసభ పేరు పలుకుగాన.

ఇరువురు గౌరవార్హులె జయించినవారలు గొంత యెక్కువా
దురుగద నా బహుకృతులతో పనిలే దకలంకమూర్తులా
గురులకుగాని యీమనుజకోటి స్వభావము మార్చుకోదు దు
ర్భరముగ చెప్పిపోయును ప్రపంచకవైఖరు లెల్ల చిత్రముల్.

కాన సంభావనకై యిచ్చుతృణమేని
మేరువుగా నెంచగోరినాను
కవులార" యని రాజు గద్దెపై నాసీను
డయ్యె భటుల్ విచిత్రాభరణము
లంబరంబులు కానుక లమితముల్ గొని తెచ్చి
నృపమౌళి యాజ్ఞానిరీక్షకులయి
నిలిచియున్నారు సభ్యులు రాయ లింతగా
నొప్పబల్కునె యని యుబ్బిపోయి
నృపు డెవరి నెట్లుగా సత్కరించునో యని
గ్రుక్కిళులుమ్రింగుకొనుచును గూరుచుండ శ్రీ
నవ్యకవితాసనాథ శ్రీనాథసుకవి
యూహాలంభోధివీచులై యూగుచుండె.

"పదిపదినాల్గు శాస్త్రముల పారము ముట్టిననన్ను కట్టితో
నదిమిన మేటి కర్త మగునట్టి బహూకృతి యీమహాసభా
సదనములోన పండితులసన్నిధి బంగరుగద్దెమీద చే
యుదెకనకాభిషేకము ప్రభూత్తమ, డిండిమగర్వహారికిన్."

అని వచియించె డిండిము డయత్నముగా సభలోన పైడిగ
ద్దె నిలిపి హేమటంకముల దెచ్చిరి రాసులు పోసినారు రా
జును తనగద్దె డిగ్గి పిలుచున్ కవిరాజును కేలుపట్టి లే
చెను పరిపూర్ణహర్ష వివశీకృతుడై కవిరాజపూజకై.

మందర మహీధరాధర మథ్యమాన
దుగ్ధపాథోధిల హాఃశోద్భూతమైన
లలితసాహిత్య సౌహిత్యలక్ష్మి నొసగి
సరససద్గుణ నికురుంబ శారదాంబ.

తెలుగుప్రజల్ ధరిత్రి రవి తేజము వెల్గిననాళ్ళ సంపదల్
కలిగినవారునై సుఖముగా వసియించెడివారునై మహా
త్ములుస్తుతియించువారునయి పొందుదురమ్మ స్వతంత్రతన్ భవ
ద్బలమునవంచు దీవనల పల్కుచు లేచె సువర్ణ తేజుడై.

విజయనగరాంధ్రలోక మావేళ కవిత
కన్న కానుపు ముత్యాల కాంతులందు
తెలుగుభాషా సరస్వతి విలుచుకొనియె
పైడిటంకాల కట్టులతోడి నగలు.

రాజ్యప్రదానము

[శ్రీకృష్ణదేవరాయలు దక్షిణదేశదిగ్విజయయాత్రాసన్నాహములో వున్నాడు. అదివరకే చోళుడు, పాండ్యులు, యుద్ధాలు చేస్తున్నారు. చోళులది తంజావూరు; పాండ్యులు అయిదుగురు, అన్నదమ్ములు; ఏకోదరులు కారు; తల్లులు ముువ్వురు, ఒకకులమునకు చెందినవారు. పాండ్యజ్యేష్ఠునిది మధుర. అది రాజధాని. కొంతకాలము అన్నదమ్ములు ఒకటిగానే యుద్ధము చేశారు. కాని చోళరాజువల్ల కులమునకు ఎక్కువ తక్కువ అనే ద్వేషాలు ఏర్పడినవి. ఇది సందుచేసుకొని చోళరాజు పాడ్యసోదరులను నల్గురిని ఖైదుపట్టుకున్నాడు మొదటి పాండ్యుడు మాత్రము కృష్ణరాయలను శరణుచొచ్చినాడు. రారాజు తన సేనాని నాగమనీని చోళునిపైకిపంపినాడు. నాగమనీడు చోళుని జయించి పాండ్యులను మరల ఖైదుచేసి చోళ పాండ్య రాజ్యములనుఆక్రమించితానేరాజనిప్రకటించికృష్ణరాయలపై తిరుగుబాటు చేశాడు. రాయలు ఆగ్రహించి అతనిపైకి తగినవానిని పంపవలె ననుకుంటు న్నాడు. వీరమనీడు నాగమనీనికొడుకు. తండ్రిచేసినపని తనకు, రాజుకు, కులమునకు, దేశమునకు అపకీర్తి అనుకున్నాడు. రాజాజ్ఞ పొంది తండ్రిమీదికి వెళ్ళి, గెల్చి, ఖైదుచేసి పాండ్యులను, చోళుని వెంటపెట్టుకొని రాయలకు అప్పగించినాడు. రాయలు వీరమనీని మెచ్చి తనకృతజ్ఞతకు కార్యాణముగా నాగమనీని క్షమించి తంజావూరునందు వీరమనేని రాజుగా ప్రతిష్ఠించి పాండ్యులను అతనికి సామంతరాజులుగా చేశాడు. అప్పటినుంచి తంజావూరులో తెలుగునాటి ప్రభుత్వము ఆరంభము అంటారు. ఇది అనుశ్రుతముగా వచ్చే కథ.]

పాండవు లేవురుఁ మరల పాండ్యులుగా జనియించినట్లు రా
ణ్మండల మెంచెనో దిగులునన్ కనుమూయుడు చోళరాడ్ధను
ష్పాండితి తత్సహోదర నిబంధనకై పరిపూర్ణ సిద్ధితో
నుండెను మబ్బుక్రమ్మోసిన మయూరముసందడివాల్లి నుల్లుతోన్.

* * *

తెలుఁగుపతి కృష్ణరాయల కొలువుముందు
దిగ్విజయభేరి దెసలు శబ్దించె, వైరి
కుంతములు వైరికాంతల కుంతలములు
కృత్తములుగా గుణించి పొంగిరట ప్రజలు.

వీరనృసింహకృష్ణ పృథివీపతి వేల్చిన హోమధూమ దు
ర్వారత మిశ్రపుంజము పరంతపమై ద్రవిడావనీ సభా
గారములందు మబ్బులను గ్రమ్మెను వైదికకర్మ లౌకిక
ప్రేరణమయ్యె మంత్రవిధు లేగద నిత్యము వృద్ధిమూలముల్.

శారదాగమంబు రాయల
హరిహస్తి భాగమంబు నైక్యముగా, ది
క్పరిపాల సతులు తమపయి
నరుడెత్తినభీతి మోమునన్ తోచె నన్

పాండిమంబున తొల్లింటివసలు డింది
అంచరెక్కలు చాటుఁగ నణఁగినారు
మామహారాజు బాహాసి మలసికొన్న
ధళధళలలోన మూపులు దాచినారు.

* * *

చోళులు పాండ్యులున్ ప్రళయసూచి పరస్పరబద్ధ మత్సర
జ్వాలలు గ్రక్కుచున్, సరభసంబున పోరుచునుండియున్, జయ
శ్రీ లభియింపమిన్ విసుగుచెందరు దక్షిణదేశ మల్లక
ల్లోలములో స్పృశియించుటకు రోసిన దన్నమునీళ్ళు వేళకున్.

* * *

అంతవర కొక్కమాటపై నరుల నడుము
పాండ్యులు కులీనులకు వేరుపడిరి చోళ
రాజు తలయూచి నగె మనుజాపతియగు
మొదటిపాండ్యుడు తారాజు పదముబట్టె.

అభయమిడ వేసినాడు రాయలును దీని
దక్షిణాపథ దిగ్జయ తాండవమున
కాది శుభసూచనంబుగా నలరి కొలువు
మానుటకు ముందు నాగమనీని తోడ.

"అన్నలు దమ్ములున్ పగతురై ఒకచోళుని ఛేదసాధనల్
పన్నిన మాయలోనబడి పాడయి తంజపురంబు ఖైదులో
నన్నము నీరు ముట్టక యహర్నిశముల్ మము నెంచి 'ఆతడా
పన్నుడు మమ్ము నోమగలవా'డని ఆశల నూరిపోవుటల్.

విన్నాము పాండ్యరాజును
గన్నామత డభయమన్న గైకొన్నాముల్
మున్నే తలచిన దిగ్జయ
సన్నాహామునందె దీనిసమయము నమరెన్.

నాగమనాయడా! సమరనాట్యము సల్పుము చోళరాజ భూ
భాగమునందు తద్గుణ విభంగమునందును, పాండ్య సోదరో
ద్యోగమునందుకూడిక, మృదుత్వము, గూఢ్యము భీతిమాకు న
భ్యాగతుడైన యీతనిన్నృపత్వము నిల్పుము, గొల్పుమాశలన్.

* * *

ప్రాణి జనుకు ఫేని నీవే
పలికింప్రవు తంజనగర పసనుములలో
తెలుగుసిరి విలసన్నాస్పద
జలజంబుల నాటవ్రాయి శాశ్వతకీర్తి౯.

మధురలో పాండ్యరాజు సేమముగ నిల్చి
కట్టుదిట్టంబు లొనరింప గలవు నీవె
మాయనుజ్ఞలు మాటలుమాత్రమంతె
సర్వ మెరుగుదు మాకు ప్రశస్తి తెమ్ము”

అని రేడు పల్కుట నాలించి పొంగి
మిన్నంటి తనపేరుమీద రారాజు
నిల్పుచున్నాడనే నిరసనపు చాయ
తా వెరుంగకయె పై తవిలి క్రీడింప.

కేలోడ్చి “దేవర, కృతకృత్యుడైతి
కాదనువాడనే? కంపింపచేతు
చోళభూపతి మీకు జోహారు సేయ
సెలవీయు' డనిపోయె సేనాధిపుండు

* * *

చోళు డడంగె పాండ్యు లొకచోన నిబద్ధులు; తంజపట్టణా శ్రీలకు పాండ్యరాజ్యము భరించుటకు౯ తగువాడు తానె కా బోలును; స్వార్థము౯ విడిచిపుచ్చగలేక మహీశవాంఛచే కాలము దాపురించిన మొగంబున నీలిమజిమ్మె కళ్ళలో.

గర్వమును నహంకారమ్ము కదలబార,
"తాను గెల్చిన రాజ్యము గాన తానె
భూధవుడుగా ప్రవర్తింపబోలు" ననుచు
ఆంధ్ర సమ్రాట్టునకు జాబు పంపినాడు.

తిరుగుబాటును చేయించి సేనచేత
రాజభక్తికళంకము రాజినాడు
పాడయిన చోళపాండ్య భూభాగములను
జయవిధానము తనపేర సాటినాడు.

* * *

కృష్ణరాయలమోము కెంజాయ మొలిచి
అతిరోషవృత్త తామ్రాక్షుడైనాడు
కోపమెన్నడు రాని గుణరత్న జలధి
నడిరేయివలె శబ్దనష్టమై కొలువు.

మనుజులే లేనట్లు మాటుమణంగ
సభ్యులు జీవచ్ఛవంబుల ట్లొకట
కొయ్యబారినవారు, కొనకన్నులందు
ప్రాణాలతో నల్లబడి పోయినారు.

మంత్రి తిమ్మరుసయ్యమాత్ర మారేని
పత్రికను కేల నొకపత్రిక పూని
నిశ్శ్వాసమూదుచు నిల్చియున్నాడు
దీర్ఘచింతామగ్న ధీశక్తియుతుడు.

వీరమనీడ! నీపిత లభించిన చోళులరాజ్య మేలగా
నేరుచునంట, తా గెలువనేరిచినాడట, కాన రాజ్యముఁ
కోరుట మాయనుజ్ఞ గొనకుండనె భావ్యమటంచు నెంచగా
నేరిచెనంట, జాబులును నేరిచెనంట తెగించి పంపగఁ.

తన బాహోబలదారితారిరమ సొంతంబంట మాయాజ్ఞతో
పనిలేదంట, సమస్తసేనలకు మాపైభక్తి లేదంట, మే
మును తా నెట్టులో అట్టులేయగుట, మాపోష్యంబులో లేదుచో
ళునిరాజ్యంబిక మీదనంట, కనవచ్చుఁ జాబునీవే యిటఁ.

అని పల్కు రాయల ఆంతర్య మంత
గ్రహియించినట్లుగా కనుసన్న చేసి
“అప్పాజీ” జాబు తా నందిచ్చినాడు
నిలువుసిరైన వీరమనేని కపుడు.

నేత్రములు లేఖమీదనే నిలిపినాడు
కాని చూపాత్మలోనె విలీనమయ్యె
తండ్రి-రాజు-సేవాధర్మతత్పరతయు,
హృదయమును ముట్టి మంటల నెగయుచుండె.

అంతలో రాజు సభ కలయంగ చూచి
“ఆనృపద్రోహిశిరమ్మైన, అతనినైన,
బహుమతిగ మాకు నీగలవా డొకండు
కొలువులో నున్న యీకత్తిగొను నతండు.”

అని మహావేశమున మాటలాడినాడు
కత్తి ఝుళిపించి చూపించి కన్నుగొనల
నిప్పురంగుల వెలిగించి నిల్చినాడు
జీవములు లేని కొలువు శ్వాసించె నపుడు.

దొరకడకు నెవడు చనునో చూతు మనువారు
ఒకరి మొగమును నొకరు చూచుకొనువారు
పౌరుషములోన మరగింప, బయటపడగ
సాహసింపనివారలను సభికు లెల్ల

వీరమనీడు జాబు నటు వీచి, మహాద్భుత శాంతలోచనాం
భోరుహముల్ జ్వలింప, నృపమూర్తికి నంజలిబద్ధుడై అనిన్
కోరెను "కృష్ణభూవిభునకున్ రిపుడై మన తెల్గునాటికిన్
దూరగుడైన నాదు పిత ద్రోహగుడే సుమి నాకు" నంచునున్.

"ఇత డీపనికి చాలునేమో" యనే ధృతి
చూపట్టు నప్పాజి చూపులందు
"తండ్రి యంత యొనర్చె తనయుడం" తను శంక
చూపట్టు మొరగుల చూపులందు.

"దేశభక్తుల లోటు తెల్గు దేశంబున
చూపట్ట" దను రాజు చూపులందు
"నిజమైన భృత్యుడు నృపమౌళి" కను మెప్పు
చూపట్టు తజ్ఞుల చూపులందు

పరిపరివిధంబు సభలోని భాటగణము
చూపు నుచ్చుకొనుచు చొచ్చుకొనిపోయె
మానముల రాజ వీరమనేనిచేత
కత్తినిడె సభ్యులకును రక్తములు పొంగ

* * * * *

తెలుగు సామ్రాజ్య వైజయంతికలు నిల్చి
ద్రవిడ రాడ్దుర్గములమీద తాండవించె
నను యశస్సును పొందించి ఆంధ్రభువిని
భూతలస్వర్గ మనిపింప బోవుచట్టి.

ఆంధ్రరాయలకును ద్రోహ మాచరించి
కులము బలమును గుణమును కోలుపోయె
నా జనకుడన్న యపకీర్తి నాశనంబు
గాని నాడేల వీరమనేని బ్రతుకు."

అని రాజిచ్చిన కత్తి కేలగొని నేత్రాంతంబులం జద్దికొం
చును సభ్యుల్ జయనాదముల్సలుపుకొంచున్ కొల్వు చాలించి వెం
టను రానించుక దవ్వు నాతడు కాంతంబుల్ నివాళింప వె
ళ్ళెను సేనాసముదంచితుండగుచు తంత్రిక పట్టి బంధింపగన్.

బభ్రువాహను డయ్యపై నెత్తి గెల్చుట
యాగాశ్వమునకు పోరాడుకొనుట
అర్జునుం డింద్రుపై నడరి గెల్చుట తండ్రి
సుతుని పరీక్షలో చూడ జనుట

ప్రహ్లాదు డయ్యపై పగబూని గెల్చుట
భక్తి మెచ్చిన విష్ణు పాలుగొనుట
అల మరుత్తుడు తండ్రి నాగి గెల్చుట దీక్ష
విడలేక నాగుల వ్రేల్చ జనుట
తండ్రికొడుకులు పోరు యుద్ధములలోన
మునుపు దేశముపై రాజమూర్తిపైన
భక్తికల దొక్కడేని కన్పడదు నేడు
తెల్గుచారిత్రమున కట్టిదియును కలదు.

నాగమనీడు పట్టుబడినాడొక ఘోరమహాపరాధ శి
క్షాగతి నంది నల్గురు మొగంబున తిట్టుచునుండ సిగ్గుతో
మూగను బోలి జీవముల బొందియు చచ్చినవాడు దుఃఖ ది
ర్యోగములోన డీల్పడి వయోధికుడయ్యు కృశించుచుండెడిన్

జనకుని కష్టపున్ దశ విషాదము రేగిన చిత్తవృత్తి మూ
ర్ఛను కొలుపంగ నాతని ప్రసంగము నేస్తులతోడ తెచ్చువా
ఛను విడనాడి డాసి కనుసాహసమున్ పొనరింపలేక ఖై
దును తనవెంటబెట్టుకొని తోడ్కొనిపోయెను రేనియొద్దకున్

* * *

అది మహాసభ ద్రవిడరాజ్యాధికార
హారణమును ద్రోహబుద్ధిసంహారణ మొకట
కృష్ణదేవమహారాయకీర్తిభేరి
మొరయు టొకట వీరమునేనిబిరుదు లొకట.

కాని గంభీరుండు కపిలినిం బోలి
వీరమనే చిన్న వృత్తాంత మంత
విన్నాడు ఊహించుకొన్నాడుగూడ
పార్థివుం డంతట పలికినా డిట్లు.

"మేము స్వయంబుగా వెడలమే యనుకించ తొలంగ దిగ్జయ
శ్రీమము కూర్చినావు పిత చేసినతప్పు తొలంగ భీమసం
గ్రామము చేసినావు రిపుఖడ్గములన్ విదళించి ముఖ్యులన్
క్షేమముగా సమక్షమున చేరిచినావు నుతింప శక్యమే.

నీ దేశభక్తికి, నీ శౌర్యమునకు
నీ స్వామిభక్తికి, నీ వినమ్రతకు,
నే కాదు కవులు వర్ణింతురు నిన్ను
ఏ రాజ్యమునకునై యింతలు చేసె.

నాగమనాయ డానందంబుతోడ
నాచోళరాజ్యంబు నఖిలాధికార
ములను మదాజ్ఞచే పొంది పాలింపు
తెలుగురాజులపేరు దిద్దింపు మచట.

నాగమనీఁడ! నీ కొడుకు నాటిన దిగ్జయలాభవృద్ధి సం
యోగశుభాంకురంబున వయోధికునిన్ నిను శిక్షసేయ చే
తోగతి రాదు నీ కొడుకుతో సుఖియింపుము పుత్రవైభవా
భోగములోననే మరచిపొమ్మిక పూర్వపు నీదువర్తనన్.

పాండ్య దేవు రంతర్ద్వేషభావములను
చీలిపోయిన రాజ్యము చేఁదీసి
మధుర నే రాజధానిగా నొనుచుకొనుచు
వీరమనృపాల, సామంతవిభుల తీర్చి.

సుఖముగా నుండుగావుత చోళరాజు
ధన్వి, శౌర్యయుతుండు, ముదంబుతోడ
ఆంధ్రసేనాధిపతిగ మే మాచరించు
ఉత్తరదిగంతజయమునం దుండుగాక."

అని మహారాజు సింహాసనంబందు
కూర్చుండె "అప్పాజి" గొంతెత్తి సభకు
"తంజాపురీరాజ్య దానోత్సవంబు
జరుగు నాయత్తమై చనుదేరు" డనుచు
ఆహ్వాన మిచ్చినా డానంద మొకటై
నాటిసభాస్థలి నాట్యం బొనర్చె.

* * *

ఆదినము తంజపట్టణం బన్నియెడల
కళలు పెంపొందనట్టి ముఖంబు లేదు
లలితరాగాభిషిక్త విలాసలక్ష్మి
లాశ్రయింపనియట్టి గృహంబు లేదు.

"అతఁడు మహోదాత అడుగకయే యిచ్చు
విద్యానగర కృష్ణవిభుఁ డటమ్మ?
రాజ్యకై కొడుకు పరాభవించినతండ్రి
నాగమనాయ సేనాని అతఁడ?
ఆయేనుగం బారియుం దున్న యువకుఁడా
మన కింక రాజుగా మాన్యుఁ డగును?
అతఁడె తిమ్మరుసయ్య అప్పాజిబాబంట
తెలుగువారలు కొల్చు దేవగురుఁడు?
మన మొనర్చిన పూజల మహిమ గాక
ఈ యపూర్వోత్సవానంద మేమిట నగు"
ననుచు సౌధగవాక్షాంత రాంతరముల
నిలిచి పలికెను ద్రావిడీనిచయ మెల్ల.

అది రాజ్యదానమునకై నిర్మితంబైన
దివ్యమంటపమందు దివిజులట్లు
పాండ్యసోదరులును, పండితుల్, కవులును,
సామంతులును, సర్వసైన్యపతులు,
చోళుడు, తిమ్మరుసును, తక్క పెద్దలు,
కొలువు తీరచి తెల్గుకుంభినీశు
వైపు చూచుచునున్న వారు వీరమానీడు
దీక్షామహోవస్త్ర తేజములను

వెలగుచున్నాడు సభ్యుల కలకలములు
మిన్నుముట్టెను రాజుసమీపమునకు
ఘనకిరీటము నొక్కటి కరమునందు
పూని చిరునవ్వ శిరమునేనితలకు.

భూసురాశీర్వాద పూర్వకంబుగ వేద
ఘోషలు దిక్కుల కొనలుసాగ
పుత్రోత్ప రాజయపుత్రుడై నాగన్న
కన్నుల హర్షాశ్రుకణము మూగ
కావ్యనిర్మాణ సంకల్ప సత్కవివాళి
కల్పన కొకదివ్య కథయుగాగ
చారిత్రమందు విశ్వాసాత్మకుండైన
రాజభక్తుండని వ్రాసుకొనగ
ఆ కిరీటము తగిలించి ఆంధ్రరాజు
"తంజనగర మహారాజ్య దానమునకు
ఈత డర్హుండటంచు మే మెంచినాము
దాన మిచ్చినాము మీకు సంతసము గల్గ."

అని జయశబ్దముల్ దెసల నల్లుకొనంగ వచించినాడు పె
ద్దన గళమెత్తి ఆశుకవితా మధువాగ్ఝరి నించి నవ్యరా
జ్యవిజయుడైన వీరుని ప్రశంస యొనర్చెను నాటిమాట నే
డును కనవచ్చు తంజపురిలోని సరస్వతిమంటప ప్రభన్.

తళ్లికోట యుద్ధము

అది మహాకృష్ణవేణీ తటాంతరంబు
నిఖిల భువనావృతాంధ్రావనీ యశస్సు
పూర్ణరూపంబు గన్నట్టి పుణ్యభూమి
ఆంధ్రుల స్వతంత్రలక్ష్మి విహారసదన
మాహావాగ్నుల భరియింపనగు తలంబు.

తురకల సైన్యముల్ విజయదుందుభులన్ పలికించుచుండె
ధరను నశించు సూచనములన్ పరికించిరి జోస్యులెల్ల సం
గరమున తెల్గుకత్తుల ధగద్ధగ లంతమునొంద, నాడు గె
ల్పు రణమునందు ముష్కరవిరోధి యుత్కృష్టము తళ్లికోటలో

ఇదివరకు రామరాజు శితాంకుశమున
నమ్రులు, నిబద్ధసత్త్వులైనారు గ్రహము
లడ్డుతిరిగెను సుల్తాను లైదుగురును
త్యజితాన్యోన్య రోషమత్సరులు నేడు.

ఆనాడే ద్విగుణీకృతంబులట, ఆంధ్రాంతఃపుర స్త్రీజన
ధ్యానంబుల్, పరిపంథి వీరవర ఢంకారావముల్, బహ్మనీ
భూనాథైక మతాగ్ని దీప్తులును, శంభుస్వామివై రాజ్య దీ
క్షానాట్యంబులు, తెల్గుభూములును జ్యేష్ఠాదేవి సంచారము

అగును తెలుంగురాజ నివహంబుల మారణ యాగవహ్ని ప
న్నగములు శాత్రవాళి ఒకనా డొకతక్షకమూర్తి డాగినా
డగుపడకుండె, నాడు ప్రళయంబును లేదు, భయంబు లేదు పో
జగము వడంకె తక్షకవిషంబులు రేగు నవాబు కూటమిన్.

అది ఐకమత్య సాధ్యంబైనదే గెల్పు
ఒప్పుకోరా! నిజ మున్నమాట
అది రామరాడ్దుర్ణయాభి వర్ధిత మగ్ని
అననిచో అభిమాన మన్నమాట
అది మతావేశమం దంకురించిన వాంఛ
లేకున్న చరితమే లేనిమాట
అది పురాతనముగా నవతరించిన యీర్ష్య
కాదందురా చేతకాని మాట
ఇవి భ్రమలెయైన, పాదుషా లేవు కొకట
కూడు టదియేల? తెల్గుశక్తులకు జాలి
తూలు టేల? కుట్రిలోనర్చ్ఛజోలి యేల?
పూత మదియేల తురకలు పొందుజయము?.

ఉర మెదురొడ్డి ముందునకు నూపిన బాహుల నట్టెనిల్పు పో
టరివలె తెల్గుసైన్యము హుటాహుటి తీర్చెను మూడు బారులన్
తురకలు నట్టులే సలుపు తొందరనుండిరి మూల సైన్యమై
తురగబలంబు నిల్పినది దూరముగా నిరువాగులందునన్.

ఆపదాత్యశ్వ సైనికాభ్యంతరమున,
నిజకిరీటచ్యుతులు క్రింది జరప, రామ
రాజు బంగారుగద్దెపై రణమునందె
కొలువు కుదిరె మాయాంధ్రుల కొంప కాల్ప.

కృష్ణవేణీ తరంగిణీ స్తబ్ధమైపోయి
కదలమానిన జాడ గాంచలేదు
ఎపుడెరుంగని యంకుశపు పోటునకు నొచ్చి
వెనుకాడి గజరాజు వెంటరాదు
ఖతనుద్రొక్కుచు పంచకళ్యాణి గుఱ్ఱము
సకిలించి మోర నెత్తి కనలేదు
సమదశాత్రవ కంఠసవన కర్తృత్వము
భరియించు అసి చేత ఒట్టలేదు
శకునములో, విధివశంబున సలిపినట్టి
తప్పిదంబులో, తెలియ డింతయునుగూడ
రామరాయలు, నైజ పరాక్రమంబు
ముసలి మేధస్సులోపల ముడుతలుపడ.

కలనది, రక్తముల్ స్రుగలు కట్టెడిచోటు, పసిండిగద్దె ప్ర
క్కల మణిరాసులన్ పొదివి కట్టినసంచుల నిల్పి గెల్చువా
రల కవి పంచియిచ్చుటకు రాయలు కౌతుక ముప్పతిల్ల సే
నల గనుచుండె యుద్ధకరణంబున కుప్పిళులూరు ధీరులన్.

కలబడె సైన్యముల్ తెగినకంఠము లంబరమందు బంతుల
ట్టులు నటియించుచుండెను కఠోరములై కకుభావృతంబులై
ప్రళయసముద్రఘోషణముభాతి ధ్వనించె శతఘ్నికల్ మహా
నల మొకమంచుముద్దగ కనంబడె సైనికపాళి కచ్చటన్.

బాకుల పోటులో నినగభస్తిమహోజ్జ్వలచండతాప బా
ధాకలనంబు మ్లేచ్ఛభరితంబయిపోయెను చంద్రవంకలో
శీకరముల్ సుధాజలనిషేచనముల్ క్షతగాత్రవీర ర
క్షాకరణం బొనర్చుటకు చాలవు తత్ క్షణమందదేలనో.

తెలుగుపదాతి సైన్యములు దిద్దిన మధ్యమపంక్తి శత్రుసే
నల నతుమున్ హరించెను వనస్థలి రేగిన కారుచిచ్చు మం
టలవలె పార్శ్వపంక్తుల నడంచెను ఆంఘ్రిలపార్శ్వసైన్యముల్
కలను సమాప్తమైనటుల గాంచెను, పొంగెను రామరాయలున్.

పొంగులో రాసిపోసిన పూర్ణనిధుల,
చిమ్మ మొదలిడె సంగ్రామసీమయందె
భటుల గెల్పును మెచ్చిన పారితోషి
కముల, సైన్యము వానికై కలగిపోయె.

తురకపదాతు లోడుట, నిఘుల్ విరజిమ్ముట, తెల్గుసైనికో
త్కర మతిలుబ్ధమై ధనరతంబున యుంటగాంచి, శత్రువుల్
తురగబలంబు నొక్కవరి దూకగఁజేసిరి కాలమూర్తికిం
కరులటు చెక్కుచుండ్రి తురకల్ చలదాంధ్రపదాతివర్గమున్.

కలగినసైన్యముల్ విలయకాలసమాప్తవిభిన్న మేఘసం
కులములు, రిక్తముల్ విజయకాంక్షితముల్, బహుమానవాంఛలో
కలుషితముల్, రిపుప్రకరకార్యసమీక్షణశక్తముల్, నిబం
ధనవిహీనముల్, రిపువిదారణ కర్షము లంతకంతకున్.

ఈగల్లంతున కేమికారణమొ యూహింపఁగలే కాంధ్ర దు
ర్భాగ్యప్రోద్బల హేతుభూతము, రణప్రాధాన్య ఘోటీదళ
త్యాగంబున్ లపియించె సైన్యపతి సాహాయ్యంబు నమ్మియ్యో సే
నాగర్వంబున శత్రువుల్ పెరిగిరున్నట్లుండి దుస్సాధ్యులై.

ఎనుబదియేడ్లవృద్ధు, డసిసేనియు దాల్పని గర్వి, ఆహవం
బునకాలువున్నసాహసుడు, పూజ్యుడుపూర్వము, అంత్యవర్తనం
బున మతిలేనివాడయి, విమూఢుడునై, సహితంబు గెల్పెన
మిత్రనస్థిరచిత్తుడిప్పుడుసుమీ గ్రహియించె స్వకీయదోషమున్.

ఆరిపోవు దీపము గప్పుమనని రీతి
గద్దెపైనుంచి దగ్గరగా నిలచిన
అశ్వమునకయి లంఘించు నంతలోన
శిరము త్రెంచిరి తెగియించి తురకబంట్లు.

తెగిశిరంబు భూమిని వరించెడు నంతటిలోన తత్ ధ్వజం
బూనినబంటు కృత్తశిరమున్ పడిపోయెను హాహాహారవ
ధ్వానములో లయించిన దయాత్మముగా మహాంధ్రరాజ్యస
న్మానము మానముల్ కథలుమాత్రము నిల్చిన వల్లిబల్లిగన్.

పరుగిడి పోదువేల పారబాఱున చూచిన శత్రుసేన భీ
కరమయితోఁచెనా నిలచి ఖడ్గము త్రిప్పుము చాలు పోదులే
నరుఁడు రాంఘ్రిక్గ చలనంబులలో లయరుద్రతాండవ
స్ఫురణమునిల్పునోయియిటుచూడుఁముభగ్నమొకర్పకాశలన్.

తెలుగువిభుండు నీపయి గదించిన నమ్మిక మంత దుమ్ముగా
దులిపెడవేల శాత్రవవిధుంతుదు డల్లదె యానెగొందె త్రో
వల గ్రసియించుచుండె విడవచ్చునె కావును తీయరాని దా
స్థల మొకటే అదే నగరిసంధి రిపుల్ చుముకంగ త్రోవయా.

తల్లికోటలో చచ్చె భూధవు డటంచు
వినినమాత్రనె శత్రుల గనినతోనె
పిఱికితనమేల నీసేన బిలుకుమార్చ
గొందెలో మ్లేచ్ఛవీరులు సోఁపవెట్ట.

వేయికి చాలుపో తెలుగువీరుఁడొకం డిది కొండగొందె పెక్
లోయ మహాహవంబున వరూథిని నిల్వగ వీలుకల్గ దీ
చాయల గొందెలో పడిన శత్రుల వేటల గొట్టవచ్చు బ్ర
హ్మయువు తెల్గురాజ్య నిలయంబునకై తలపోసి చూడుమా!.

రాజ్యరక్షణ కాదు; సంగ్రామమందు
కలబడుటకాదు; గొందెను కాచుకొనుట
యింతమాత్రము చేయ లేవేని మొదట
రేనితో నేల చెప్పగా లేవశక్తి.

ద్రోణులు లేరు భీష్ములును తోచరు మ్లేచ్ఛులయందు మన్స్వరా
ట్సూనుని పోలికన్ తలంచుచున్ పరుగెత్తెదో పేడివాడు రా
బూనడు నీన్ మరల్చుటకు పోయిన వాదినముల్ పరాత్పరా
ధీనము లౌచు పౌరుషము దే పస నేడు జగత్ప్రసిద్ధికిన్.

అరువదివేలు కాల్బలమునందలి మ్లేచ్ఛభటుల్ కృతఘ్నులై
తిరిగిరి శత్రుపక్షము కఠినముగా నని వారి మీదు తి
ట్టిరిగద నాడు ఇప్పుడు పఠింతె పలాయనమంత్ర మీవు సం
గర మొనరింపకే భటులు చావకయే క్షతమైన లేకయే.

నిలువు మొక శాశ్వతంబు పునీతమైన
మూర్తిగా తెల్గునాటి సంకీర్తనముల
పేరు నిలబెట్టుకొందువు పృథివినేత
చచ్చినను గెల్చితన్న యశస్సుతోడ.

శాపంబుచేత నాశనమైన దనరోయి
అటువంటిశక్తి నే ధరుడుగాన
దైవానుకూల వర్తన విరోధంబుగా
తలపోయ రదినేడు తగదుగాన
గ్రహచారవశము సంగతి నమ్మజాలరు
కలికాలమందు రిక్త మదిగాన
కర్మమహత్తు వక్రతగా తలంపరు
రాజ్యాల కేకర్మ రాదుగాన

తురకబంటులు తిరిగిపో దూకిబోరు
రామరాయలశిష్టు నేరంబు గాదు
విజయనగర వినాశనవిధికి నీవె
హేతువనునింద చిరము వహింతు వయ్యా.

రిపుల పదాతి సైన్యము హరించెను అశ్వికవర్గ మొక్కటె
యిపుడిట వచ్చుచున్న దది యెక్కువసంఖ్యయు లేదు, ఆనెగొం
దె పడినచో తెగున్ తెలుగుదేవుల కుత్తుక లాడువారి మా
నపువస దూలుపాడగు ననంతమహాంధ్ర పురీజయోన్నతుల్.

రెండువందల గజముల కొండగొందె
విపులసామ్రాజ్య చక్రము విరిగిపడును
ఒక పిరికిపంద చేతలో నొరగిపోవు
బహుళమహదాంధ్రజన వైభవముల రథము.

నీమూలంబున బానిసత్వములు రాణించున్ మతావేశ వీ
థీమార్గంబులు కంటకావృతములై సాంకర్యముల్ హెచ్చి శాం
తామాలిన్యము లంటి తెల్గుమహి నిత్యం బెండలో క్రాగి దు
ర్ధామంబైన విరాగికూటమయి పోదా బిచ్చపుంజోలులన్.

గౌతమీగర్భ పంకం బెండబెట్టిన
చాళుక్య శౌర్య వర్చస్సు వెలుగు
శ్రీకాకుళపు దిబ్బ చెక్కి చూచిన ఆంధ్ర
విష్ణు తేజము శౌర్యవిధుల దెలుపు

పల్నాటిపట్టుల పగబొంది వెదకిన
బాలచంద్రుని శక్తి బాహిరిల్లు
ఓరుగల్లున రాళ్ళ నూడబీకిన కాక
తీయప్రతాపు పొందికను నేర్పు
ననుచు తొల్లింటి రాజులగుణము లెంచు
ప్రజల కింకొక్క పాడైనపట్టణంబు
చూపదలచితి శ్రీకృష్ణ భూపశౌర్య
మునకు సాక్షిగ చారిత్రమున లిఖింప.

ఎటనున్న తురకలొక్కటైయున్న గుణపాఠ
మును నేర్పగోరి సేనను త్యజించె
తానెంత గొప్పతంత్రజ్ఞుడైనను గర్వ
మమితమై చెడెను యుద్ధమున చచ్చి
అన్యోన్యకలహంబు లపకార మొనరించు
ననును ఏకీభావమున జయించె
అంత్యప్రయత్నమందైన గెల్వగవచ్చు
పురుషప్రయత్నంబని బుద్ధిగరపె
తురకసైన్యము తెల్గుభూవరుడు పంచ
బహ్మనీరాజ్యవర్గము పందరైన
తిరుమలార్యుడు నని నిన్ను తిట్టిపోసి
తలచుకొందురు పొంగిపిల్లి తెలుగువారు.

పశ్చాత్తాపము

(కృష్ణరాయల కొడుకును తిమ్మరుసు చంపినట్లు, అందుచేత రాయలు తిమ్మరుసును గుడ్లు తీయించి చెరసాలలో పెట్టి తిండి నీరీయక చంపెనట్లు, తరువాత రాజుకొడుకును తిమ్మరుసుపై గిట్టని కొందరు కుట్రదారులు చంపిరని తెలిసినట్లు, తన తప్పునకై రాజు పశ్చాత్తాపపడి మనోవ్యాధితో మరణించినట్లు ఆనుశ్రుతముగా వచ్చేకథనుంచి ఇది—)

“అతని కేమివచ్చునది అంతయు తీరిన వెన్క రాజ్యముం
జేతునటన్న ఆశ? మతిచెడ్డది పో! యువరాజు చావగా
నే తనకబ్బునా పదవి? నేటికి పాపము పండిపోయె న
య్యా! తనవంటివాని కిదియా తగుబుద్ధి? వినాశకాలమే.

దాపురమయ్యె కా౽యెడ తండ్రిగ తన్ను భజించి నమ్మ భూ
మీపతి కిట్లొనర్చునె? శమించునె? రంపపుకోత వ్రేని సం
తాపము పుత్రనష్ట జనితం”బని తోచినరీతి పల్కువా
రై, నలుగుంపులై, జనము న్యాయసభాంగణపార్శ్వవర్తులై.

తిమ్మరుసయ్య నేరమున తీర్పును చెప్పుట చూడవచ్చి మా
ర్గమ్మును కట్టి నిల్చి రినరశ్మికి మేనుడుకెత్తిపోవు ఖే
దమ్మును లక్ష్యపెట్టక పదమ్ములు మాడుటకోర్చి కొల్వు మా
త్రమ్మది చూడబోదు తనధర్మమునందె నిబద్ధబుద్ధియై.

* * *

తన యోచనామగ్నతను చూపు మౌనము
పరరాజు హృదినాటు బాకుపోటు
తన హార్ష వివశత్వమున చూపు చిరునవ్వు
తెలుగురాజు కిరీటమునకు వన్నె
తన సంశయమ్ము రీతిని చూపు తలయూపు
తత్కాల జయవిరుద్ధమ్ము ఫలము
తన నిరుత్తరభావమున చూపుమాంద్యము
అవసరానవసర మరయు చర్చ
తన మహోమూర్తి తెల్పు మేధావి శేష
పరిణతి శ్రీని పండినపంటగాగ
వెలుగు సచివుడు మును తన కొలువుముందు
రాజ శిశుహత్యకై యపరాధి నేడు.

న్యాయము మూర్తిమంతమయినట్టులపొల్చెడి ప్రాడ్వివాకు లంతాయిరుప్రక్కల తగువిధంబున కూరుచునుండి రాజధర్మ చేతోయుతుడా మహాత్ములను "తోచినన్యాయము వెల్లడింపుడయ్యా" యనినాడు వారలొకరైయొకరై యిటుపల్కినారు.

"తిమ్మరుసు హత్యచేసినదే నిజమ్మ
టంచు సాక్షులు మమ్ము నమ్మించినారు
రాజ శిశుహత్య క్షమియించరాని నేర
మందు కగుశిక్ష బలవంతమైన చావు.

కరపదయుగ్మముల్ కలిపికట్టి కనుల్ పెరికించి తిం. నీ
రెరుగని చావు శిక్ష వహించుటకు తగినట్టివాని తి
మ్మరు నొనరించినాడు. దయమాలినవాడయినాడు. తొంటిబు
ద్ధిరమ నశించిపోయిన మతిభ్రమణం బిది కృష్ణరాణ్మణీ!''

*   *   *

తెలుగురాజదె శిక్ష విధించినాడు
తిమ్మరుసు మోము రాజుకై త్రిప్పలేదు
భటులు దోషిని వెంటనే పట్టి రాజు
అనుమతిని నిర్వహింపగ నరిగినారు.

"ఒక్కమారైన తల నూడగొట్టిన పోద
బలవన్మృతికి ఏల పాలుచేయ?
ఎంత చేసిన దేమి యీ రాచవారికి
తుదకిట్టి దురవస్థతోడిచావె?
అతడొనర్చిన మహత్తరసేవలో నెంచి
క్షమియించు బుద్ధిలే దేమి తన. ?
తనకు రాజ్యంబేమి తగులబడ్డది? అంత
అతని చేతనె దక్కినట్టిది గద?
కావలయునన్న రాజ్యమునకై నిసుంగు
ప్రాణములు తీయగా నేల? ప్రభువునకె
నీళ్ళు తోడడా?" యంచు ననేకగతుల
భూపుని కృతఘ్నతకు మంత్రి పొందినట్టి

మహాదవస్థకు లోలోన మరగిపోయి
ఒకరనినమాటకూన వేరొక్కరనక
పోయినారు ప్రజల్ క్రోధపూరితాత్మ
లంతలోన కృపాపూరితాత్మలు నయి.

*   *   *

పెంచితి. పెద్దచేసితి. అభీప్సితసిద్ధికి జీవవాయు ల
ర్పించితి మొన్నదాకపుడు పెద్దతనంబున లేనిపోని క
ల్పించినవాడనై పరిభవించి కనుల్ దులిపించె భూప్రదీ
పంచన నీపరీక్ష? తగవా? పగవాడవ? శ్రీవధూధవా!

ఆంధ్రిసమాధ్రిట్టు న న్నయ్య యనిననాడు
నీరూపులోన వర్ణించుకొంటి
ఆంధ్రికుమారిపు లవఘళించిననాడు
నీశంఖరవము ధ్వనించుచుంటి
ఆంధ్రి సత్కవిబృంద మగ్గించి పొగడిన
నీపొగడ్తలరీతి నేర్చుకొంటి
ఆంధ్రి మహాజను లతడె తిమ్మరు సన
నీవంక చూపుల నిలుపుకొంటి
అడుగడుగునందు నీయాశ లల్లుకొంటి
నైన పూర్వార్జితంబె న న్ననుసరించె
నీమహాలీలలో మాయ నేర్వలేని
బుద్ధి హీనుడనై దేవ, పొగులుచుంటి.

కూటికి నీటికిఁ వదలుకొంటి ఋణంబు. కనుల్ కృపాణ దు
ష్పాటికముల్. మనస్సు వివశం బౌక చేయని నేరపుఁ విధిఁ
మాటలు తొట్రిలుఁ తలపుమాత్రము నీపయి లగ్నమై, దీ
పాటికిన్నైన ప్రాణములు బాపుము గోపకులాంగనాస్మరా!

ఆపదనాడె చూపులకు నంమను దేవుడు. సౌఖ్య మందుచో
త్రోప డటంచు వెక్కసముతో యమలోకమహానలార్చులఁ
తాపితు చేయుచుంటివి వృథా. ఇక రోజా మర్తాండోగాని అ
బ్బా పడువాడగా నిహామున్పై నిమూసంబును బాధ మాపతీ.

తిమ్మరుసు నింతభక్తుడా తెలుగురాజు
నానవెట్టంగలట్టి మేధానిధాన
మంతియే యనుకొంటివా? అటులకాదు
నిన్నులోగొన్న బాహ్యసంపన్ను డీతడు.

కేనికిలేదుపో దయా! భరించుట నీకును కష్టమైనగా
నీ; నను దోషిగా జనము నిందయొనర్చని రీతిచేయు మం
తే నిను వేడుకొందును. విధిఁ తలక్రిందొనరించలేవు నీ
వైనను.మంచిచెడ్డలు స్వయంకృతముల్ అనుభూతిము క్తముల్.

నామరణాంతమందున కనంబడు సత్యము, రాజు స్వీయ శం
కామలినుండు భూప్రజ వికారజితుల్ తమ త ప్పెరింగి నీ
తో మొరపెట్టుకొందు రని తోచెడినప్పుడు చెప్పవయ్య "చిం
తామృతులార, తిమ్మరుసు ధన్యుడు శాశ్వత జీవితాత్ముడున్.

అని మహామంత్రి తిమ్మరుసయ్య ఖైదు
కటకటాలకు చేతులు కలియబట్టి
మొండివారిన దేహమునుండి వెలికి
ప్రాణములుపోని దురవస్థ పరితపించి
నాల్గురోజులు చెరలో ననాథవోలె
చితిక కృశియించి మూల్గి త్యజియించె తనువు.

* * *

కన్నులు లొట్టలై జలము కార్చు మొగంబున క్షీరనిర్మలం
బు న్నవమై కపోలముల ముంచు దరస్మితమూర్తియొండుభూ
భృన్నయనాగ్రభాగము చరించుచు క్షేమమా నీకునీ ప్రజల్
తిన్నగనుందురా? సరిగ దిద్దుదువా నృపనీతి ధర్మముల్?

మునుపటిరీతిగా దెసలమ్రోయుదువా జయభేరి? కానుకల్
కొనియెదవా? సమస్తమనుకోని విధంబున సత్కరించుటల్
కనియెదవా? రిపుప్రకరకంఠ విదారణ హేతిసంహతి
స్వనితముగా తెలుంగుధరశాసనమున్ పొనరింతువా ప్రభూ?

వీరనృసింహరాయ లనిపించిన "అయ్యపదంబు" నేటి కె
వ్వారికి చెందుచున్న దనువారల కేమని చెప్పె దీవు? తత్
ప్రేరణలేని రాజ్యపదవీపరివృత్త సుఖావబోధ సం
జ్ఞారమణీయతాగుణ విచారణ లేరికి తెల్పుదో ప్రభూ?

రాయచూరున మ్లేచ్ఛరాజు కింపగించిన
గతికి కారకు తెల్పగలవె యిపుడు?
గజపతి శత్రుపై కాలు ఘట్టించిన
యుక్తికారకు డెవం హూహా సేయు?
మాకొండవీటి నల్లాడించి విడిచిన
తరి దారిజూపు బోధకుని తలతె?
బహిమ్మనీ మ్లేచ్ఛసంపదల విద్యాపురి
రాసులపేర్చు హర్తకు డెవండు?
సామదాన క్రియాభేద చండతా సు
ధీవిశేషణ చతురుడా తిమ్మరుసును
కొడుకుగా చంపె ననుమిష గ్రుడ్లుతీసి
చంపగల్గితివా? కొంటెజాడ మరచి.

ఈరక్తపుంబొట్టు నెవరు పెంచిరటన్న
"అప్పాజి" యనురోజు లరసికొనుము
చనిపోవుతండ్రి యెవ్వని కప్పగించె నాఁగ
"అప్పాజి" కనుమాట లరసికొనుము
ఆమహాసామ్రాజ్య మంత నీకెల్ప నాఁగ
"అప్పాజి" శక్తియం టరసికొనుము
ఆమహారాణి పెండ్లాడిన దెట్లన
"అప్పాజి" యుక్తియం టరసికొనుము
రాత్రిపగ లనకుండ నీరాణివాస

సౌధముల నాకు కేల్మోడ్చి స్వాగతంబు
లిచ్చి "మామయ్య వచ్చె వాయించవచ్చు
వీణ"యని సంతసమున దేవేరులకును
ఆజ్ఞయిడు రోజు లొక్కమా రరసికొనుము."

అనిపృచ్ఛించుచువెంటనంటుచున్నపాంతర్యంబుమండించుచున్
పనియొక్కండును తోచనీనిగతిగా బాధించుచున్, రాజు ప్ర
క్కను,ముందున్,వెనుకన్,అహర్నిశముధిక్కారించితర్జించుచున్
కునభవ్యాప్తముగా కనంబడుచు, గగ్గోలించి రాపాడుచున్.

ఒక మహాభూతమై రాజు నోరగజేసె
చివికి, జీర్ణించి, శల్యమై చివర కతడు
మంచమును పట్టె మనసులో మరగుచున్న
వ్యాధి కెవ్వండు మందు నీయంగలండు ?

*　　　*　　　*

ప్రాతర్భానుమరీచి మాలికల పైపైదాల్చి కాలంబు మి
థ్యాత్రంతాంత్రికము, నాడు పాల్పినది. విద్యారణ్య పౌరశ్రుతిన్
ద్యోతంబైనది కుట్ర, రాజశిశు హత్యోద్యోగ పారీణచిం
తాతూర్యంబులు మ్రోగి, మేలుకొని అంతన్ విన్నరారాజునున్.

ముకుళితమైన కన్నుగవముందర నాడుచున్న మూర్తివై
పుకు తలత్రిప్పి అశ్రుకణముల్ దిగజార్చుచుచూచి "తండ్రి మ్రొ
క్కుకొనెద. నన్ క్షమింపుమిక కోపము మానుము. దోషమున్న వా
రికి తగుశిక్ష. నీవె పొనరించితి వాత్మను చీల్చినావు పో. "

కొడుకును చంపినా వనెడి కోపమునన్ వివరించలేక దుం
దుడుకున "తిండి నీరముల దూరము చేసి కనుల్ పెకల్చి చం
పు డ'ని విధించినాను నమి. భూపుని గొప్పతనంబుచూప; ఇ
ప్పుడు నను చంపుచుంటివి. ప్రబుద్ధుడవే! చనిపోయి మంత్రివే!

అన్నము నీరు లేక కనులైనను విచ్చక నిన్నుబోలె నీ
పిన్నటనుండి సూనువలె పెంచిన రాజు గతించుచుండెనో
యన్న త్వదీయశిక్షయె స్వయంధృతమైనదఁ నాకు గూడ నే
కన్నులు గల్గివిచ్చుటకు గాంచను తావకమూర్తిముందుగన్.

బాకీచెల్లిన దీ మహాకథను చెప్పంజాలువా రెవ్వరున్
నాకే తప్పను కట్టిపెట్టరు. సమానంబైన శిక్షాగతిన్
నీకున్ నాకును చావు సంఘటిలె. కానీ! తెల్గుసమ్రాట్టు మే
ధాకాలుష్యము శాశ్వతంబగునుగాదా? తిమ్మరాయాగ్రణీ.

అని భావించుచు నేత్రయుగ్మకము సాయంసంధ్య కాలాబ్జరా
గిణిపై రేకుల మూతమూగుట ప్రసంగించెన్. దివాంతంబుతో
డను, రాజన్యుని ప్రాణవాయువులతోడన్ తిమ్మరాణ్మూర్తి పో
యిన దాంధ్రావనికంటిని రిగిరిపోయిం దంతరాగ్నచ్ఛటన్.

పాణిగ్రహణము

[కళింగరాజు గజపతి. కృష్ణరాయలచే పరాజితుడు. తత్ప్రతీకార పరీక్షకుడును. కూతును కృష్ణరాయల కిచ్చి ఆమెచే నాతని చంపింప యత్నించినాడు. కాని విఫలుడు. తిమ్మరుసు కృష్ణరాయల కంగరక్షకుడు. కథ కళింగరాజతనయా కృష్ణుల చేతోమేళనములో లీనమైనది. ఇందు కాధారము పెద్దన్నగారి చాటువు "కూతు రాయలకును కూర్చునాడు" అనునది.]

"స్వామీ! కూతురుతోడి పెండ్లిజరిగించక్ మీకు కాళింగుడే
మేమో ప్రాణసఖీ! సుహూర్తబల సామీప్యంబు గుర్తించి పో
తామన్నారట మీరుక్; వరులుగాదా? కన్యకుక్ శుల్కమెం;
తీమాత్రంబును చెప్పకుండిరి, పోనీయుండి సిగ్గైనచో.

సమరములోన నోడియును శత్రుడు మామగ మారి శాశ్వత
ప్రమదము కూర్చునం టిహపరంబుల ఖేదము లేకయుండగా
సమదగజేంద్ర కేసరియు చారుకురంగవిలోకన ప్రభా
భ్రమితముగా నృపా బిడియపడ్డది ముందరిచూపు లేకయే.

భూమిధవుల్, సహస్రశత పుష్పసుగంధి పరీవృతుల్, మహా
శ్రీమహితుల్, సపత్వము సరించి గుణాగుణ దృష్టిలోభులై
తాము చరింపబోరె; పథంబనుకూలము కాదొ యెంచరా
సామెత పైడిపైపలి వశత్వము రాజులకైన తప్పదో?.

నిన్నో; మొన్నో; పరాభవింపబడి తాను పిల్చి యర్పించు కన్యన్ని ర్వ్యాజముగా కళింగుడిది మా... గుర్తించేమొ? వీరా రన్ని యోచన చేసియే బదులు వ్రాయన్ చేసినారా ప్రభూ సన్నాహం బొకయింతలే కరిగి వస్తామంతయున్ చూచియే."

అనుచు హాస్యము, హితము, ముం దాచరింప
నైన కార్యము, సూచించి ఆననమున
చిరునగవు లేతతళుకులు మురియ నిల్చె
మామహారాజ ప్రక్క తిమ్మరుసు మంత్రి.

"త్రిప్పల్ పెట్టిన శత్రువోటువడి, స్వాధీనుండునై, కూతురిన్
ఇప్పిస్తానన అట్టులే యనుచు వ్రాయించితిన్ గాని నే
తప్పో, ఒప్పో, తలంపలే దది ప్రమాదంబేమొ చింతింపలే
దప్పాజీ కల దన్నియున్ సరిగసేయన్ తోడ నెల్లప్పుడున్.

అను ధైర్యమె నాపాలిటి
వెనుదైవము పోయి, పెండ్లి ప్రేరణమేమో
కనివత్తము వైరైనన్
చనుగా కాతండు యముని సాన్నిధ్యంబున్".

అనుచు కృష్ణరాయలు భార మతనిమీద
డించి, సేనాధిపతుల రప్పించి, తగిన
కట్టుదిట్టంబు లొనరించి, గజపతిపురి
జొచ్చినాము పెండ్లికి సర్వశోభనముగ.

*   *   *

“గజపతియింటిలో పులిముఖంటూన గోప్ప పఠించె శేటి క
క్కజముగ. నిన్ననే మగడు కట్టిన తాళికి తంత్రిమూలకే
గుజగజవ్రావు నీరకపు కూతురు పుట్టుటకింటె రామ్యో, ర
ప్పా, జడము లేవయిన పుట్టిన సంతసమంది యుంటునే.

పెండిలిపేరుపెట్టి, రిపు పిల్చి, బహూకృతి చేసి. ముగ్ధత్త
యుండగ, నాడు-నేపడిన యుద్ధపరాభవ రోషహేతి చ
చ్చుండత రార్చు లా ర్తుచని సంబరమంది తెగాలి యింటిలో
నుం న శత్రువు - తెలియనోపని యంధుడనైతి నేటికిన్.

జనకునికన్న బంధుని, విశాంపతికన్నను దేవురిన్ ఘరణ
కసము మగం గా మెడకు కట్టిన నూ లొక తెంపులోన పో
వుచు; జనకత్వమో తనువు పోయినదాకను ల్చు నస్థిరం
బునకు స్థిరంబు వీడు తలపుల్ జనియించెనె? వెర్రి యెత్తెనే!

నాయన తీర్చుకొంటిని బుణంబిదె శత్రునిమస్తకం బివే
త్రీయుని వెచ్చనెత్తురులు తెల్లెలుగట్టిన చేతివేళ్ళివే
కాయపు సంకుసందును పికావిః చేసిన బాకు; దీనితో
పోయిన ప్రాణముల్ తమ కమూల్యపు కానుకలంచు పల్కకన్.

మగడు మగడని ఎవ్వడో మొగమునైన
మును పెరుంగని యొక శత్రువును సహించి
కన్నవారల కడుపులు కాల్చినావు
బ్రతికియును చచ్చియును నొక్కఫలమె నీవు”

అని చురకత్తి చేతఁగొని, ఆత్మజవైపుకు చూచి చూచి, కం
దిన మొగ మింతవాంచి, జగతిం పరికించి, శివంబు లెత్తువా
నిని బురుడించి నిల్చునెడ నిల్వక, తోఁచక, విశ్రమించకన్
కనులను నిప్పులన్ జలము కార్చుచు నున్మదుఁడైన తండ్రికై.

మొగము త్రిప్పెను రాయల మోజుకత్తె
క్రొత్త పెండ్లికూతురు, శాంతగుణపు రూపు
వోలె నిల్చి, తండ్రికరము ముడిచిపట్టి
నట్టి చురకత్తి తనచేత నట్టెలాగి.

ఆమగఁడను ప్రేమభావ మభిమానము నీకయి వీటిబుచ్చి నీ
పగ యడిఁగింతు ఆపయిన పట్టొని చూడవు నేడె బంధముల్
తెగియెన్ను నీకు నా'కనుచు దీవ్యదఖండతటిల్ల తాధగ
ద్ధగల వెలింగిపోయె ప్రమదామణి తండ్రియె అద్భుతంపడన్.

* * *

మదనాస్త్రి మితపీడితాత్మకుఁడు, ప్రేమస్థాన కాళింగ సూ
తదయాపాంగవిలోక నప్రసరమాత్రత్యక్తకారిచ్యుడున్
హృదయాహ్లాదివచస్సమాత్రరతి పారీణుండుగా తోఁచి, స
మున్మదితుం డట్టులరాజు పాన్పుపయి పోవున్ నిద్రజాగ్రత్తలోన్.

నిద్దురమంపులోన శయనించెను రాజనుకొన్న దింత్రయున్
సద్దును లేక లేచినది శాటి బిగించిన దంతరవ్యథన్
మొద్దయినట్టి లోప్రణయ మోహములన్ దిగజార్చుకొన్నదా
ముద్దియ కృష్ణదేవునకు బామ్మల నద్దిన దోష్ఠరక్తిమన్.

తలకడ మున్నె గుప్తముగ దాచినకత్తిని తీసికొన్న దు
త్పలసమనీలతారకలపై పరివేషముగొన్న నీటిబిం
దుల తనపైట నద్దినది. దోసిలియొగ్గి ప్రియాంఘ్రి పద్మముల్
తలపయి హత్తుకొన్నయది. ధ్యానముచేసిన దొక్కలిప్తపై.

మరునిముసంబులోన పిడిమాత్రము నిల్చినకత్తి రాజు పే
రురమున నాటుకోవలసియుండెను, గాని నృపుండు మున్నె త
త్కరకరవాలముల్ కలియగా బిగబట్టుచు, మందహాస సుం
దరవదనాబ్జుడై "తరుణి తప్పొకయింత యెఱుంగనట్టి నన్.

కత్తిపోటులతో చంపగా నదేల?
కుపితతావకాలోకన కుంతములనె
గ్రుచ్చి హింసింపలేకయ్యె కొరకుపసిన
శ్రమము వృథయయ్యె అప్పాజిశక్తి యిద్ది.

అనుకొన్నంతయునైన దంతయును సవ్యంబైన దీకత్తితో
పనిలే దింక. విరోధమున్నయెడ తీర్పన్ వచ్చు వేరొక్క వ
ర్తననం"చుల్లసమాడు పార్థివు కరద్వంద్వంబునన్ మూర్ఛవో
యెను కాంతామణి పాపపంకిలకళంకీభూత సౌహార్ద్రితన్.

* * *

గజపతి పశ్చాత్తాపము

గజపతి కన్యానురాగ కంచళిత మనోం
బుజుడగు నరపతి మురువును
ప్రజలకు నాడైన వన్న పానసముములై.

నవవధువుతోడ రారాజు నగరులోన
చిత్రశుభ వ్రోత్సవముల వేంచేసినాడు
లలితకళలెల్ల నాటి విలాసములకు
భావసౌధ నిర్మాణముల్ ప్రబలచేసె.

కాలము దాటిపోయిన దొకానొకనాడు ధవుండు రాణి వా
హ్యాళికి పోయినారు, పవనాంతర సైకత వేదికా స్థితుల్
బాలశశిప్రభన్ మెరుగు బారిన వృక్షనికుంజ పత్రముల్
గాలికి మ్రోగుచుండగ సుఖంబుగ సంలపనాదిలోలురై.

తాము మును పొనరించు వర్తనములెల్ల
చెప్పుకొనజొచ్చి రాయుమ చెప్పుచుండె
తండ్రి తన్ను నాడన్న వృత్తాంత మంత
వింతగా ఇంతలో గాలి విసురులోన.

"గజపతియింటిలో పులిముఖంబున గోవు జని చె నేటి క
క్కజముగ అందుకే తెలుగుకాంతుని నవ్వులలేత తెల్పు టం
బుజములు మోముపై విరియప్రూచిన" దంచు వినంబడెన్ ధరా
భుజుడును రాణి ఆ దెసకె మోముల త్రిప్పుచు లేచిచూడగన్.

తిమ్మరుసు చెప్పుచుండగా తిమ్మనకవి
వినుచు "ఊఁ" కొట్టుచును పోవుటను గ్రహించి
రాంధ్రరాయలు రాణియు "ఆత్మకథను
మరువ దిక జనమం' చు లో మురిసికొనుచు
సాగిపోజొచ్చిరంట ప్రాసాదమునకు
చిరునగవు దొంతరలు ముఖసీమ నిలువ.

శ్రీకృష్ణదేవరాయలు

[కృష్ణరాయని ఆముక్తమాల్యద చదువగా కలిగిన ఆవేశమే యీ పద్యముల కాధారము]

ఆకడ రాజరాజు మొదలాంధ్ర సరస్వతి నిష్టదేవతా
స్వీకృతిలో యజించి మురిపించి భజించెను, అంతగాంత రా
ర్చాకలనంబులోపల విశాంపతు లెందరో శీర్ష మొగ్గి నా
రీకడ నీవు నిల్చి వెలయించితి వంత్యసమర్చనావిధుల్.

అతడొక్క కవివర్యు నాదరించెను కాని
కవియన్న పేరు తా గాంచలేదు
అతడొక్కకృతి నంది యిచ్చెనెగాని
తత్కాలకృతుల గుత్తగొనలేదు
అతడొక్క భాషనే అరయగల్గెనెగాని
దేశభాషల లెస్స తెలియలేదు
అతడొక్కటె నడయాడ జూచెనుగాని
అష్టదిగ్గజయాన మరయలేదు
అయిన నాతడె పూర్వుడై యుఁరుకతన
ఎన్ని లోపించినను తానె హెచ్చినాడు
అన్ని కల్గియు చివరవాడైన నీవు
అతనితో సాటి కైనావు ఆంధ్రరాజ.

నీ "యాముక్తదమాల్య" వాసనలు వాణీకుంభ వక్షోజనా
ట్యాయత్త బగువీణాతంత్రిపయి బాహాటించె మాధుర్యముల్
స్వాయంభూ ప్రతిపన్నసృష్టి కవి జీవజ్ఞానవిద్యాగుణ
ప్రాయప్రౌఢిమలంచు తజ్ఞులిట చెప్పంజొచ్చి రెల్లప్పుడున్.

గండపెండెరములు కవుల కీవచ్చును
కవి హృదయము పిండగలడె రాజు
ఏనుగంబారీల నెక్కించవచ్చును
కవి మనస్సున కెక్కగలడె రాజు
కృతు లెన్నియైన పేరిచి పుచ్చుకోవచ్చు
కవితారసము పీల్చగలడె రాజు
పొగడింతలను వేలు పొందగావచ్చును
కవి యూహ లందుకోగలడె రాజు
అది మహాయుగ సారస్వతాత్మ పండి
రాజుగా తెల్గు గుడ్డి యరణ్యములను
పరువమును కాంతి వీగని పారిజాత
పుష్పమయి నిల్పినది జ్ఞాన పూజకొరకు.

పద్దెము పద్దె మొక్క మణి పట్టిన పల్లకు పైడిముద్ద యీ
విద్దె నెటుల్ గ్రహించితివొ వేయికి నొక్కడుగూడ నీవలెన్
దిద్దగలేడు కావ్యకళ తీర్చినముత్తెపు పేర్లుగా కథల్
సుద్దులు వర్ణనల్ మతపుసొంపులు నీతులు గ్రువ్వినావు పో.

కథ నడపించు రీవి, మతఖండనముఁ జరిగించుధాటి, భూ
మిథవనయ పరిసక్తిని గమించెడిచాతురి, కాలవర్ణనా
వధులను దాటునేర్పు, కనువారికి నీ "కవితాపితామహం"
బుధి ఒక నీటిబుగ్గ అయిపోవద? త్వత్కృత వస్తుసృష్టిలోన్.

అవునా శ్వేతతనంబు, మార్దవము, చిత్తాకర్షణాధార భూ
తవరిష్ఠాద్భుతగోస్తనీఫలరస ద్రావంబు నీపల్కులన్
తవులన్ లే దనుమాట సత్యమె భవద్ధాటీని రాఘూటపా
టవ సామ్యంబగు పౌర్ణిమం బమరఘంటాటంకృతందున్నదే!

తొలి జన్మంబుల నీవై
సలిపిన సాహిత్యపూజ సార్థకమయి మా
తెలుగున "ఆముక్తముగా"
ఫలియించిన దెల్ల కవులపై పై మెరుపై.

నతి

ఓంకారస్వర లీనమై నిగమనాదోపాసనాధీనమై
కైంకర్య ప్రతిపాద్యమై భువనరక్షాదక్షమై తాండవా
హంకార స్థిరచంద్రమశ్శకలశైత్య ప్రాప్తశాంతత్వమై
శంకాసంకులమైన నీయునికి ఆశాసిద్ధి కల్పించుతన్.

తన సిగకన్నమంటలకు దగ్ధుడు. -కాని- ప్రియా విలాపమా
ర్గణ పరిలబ్ధనైజక రుణామృతవృష్టి, పునఃప్రభూతజీ
వను డశరీరు డాతని జవంబున కంతమునందు లోగి పో
యిన ధృతిమూర్తి మమ్ము భరియించుత కష్టసుఖంబులందునున్

తన వేణుస్వన మోహితల్ మగలబందాల్ త్రెంచి జాబిల్లివె
ల్గున పాదంబులజాడలారయుచు మ్రొక్కుల్ వెట్టుచున్ రాత్రు లె
ల్లను బృందావనవీథులన్ తిరుగుచుండన్ యామున శ్రీతనున్
తను కుంజంబుల దాచిపెట్టుకొను ధూర్తత్వంబు శంసించెదన్.

ఆనెగొందె కాపు

రామరాజు తల్లికోట యుద్ధానికి వెళ్ళేముందు తిరుమలరాయని ఆనె గొందె సంరక్షణకు ఆపి కాపలాగా వుంచి వెళ్ళినాడు. తల్లికోటలో రాజు మృతి విని తిరుమలరాయుడు పారిపోయినాడు. ఇతను పారిపోక నిల్చినట్ల యితే ఆంధ్రసామ్రాజ్యం శాశ్వతము. ఆ అదృష్టం మనకు లేదు. అందుకనే తిరుమలరాజు కీబుద్ధి పుట్టినది.

చుట్టుఁ గొండలు కాచు, నీబలము కాచుఁ దీని, దోశ్శక్తి చూ
పెట్టఁగ వచ్చును శత్రువుల్ గదియ, రేపే మేము కృష్ణానదీ
ఘట్టంబందు తల్లికోటకడ సంగ్రామ ప్రయత్నంబులన్
నెట్టఁ జూతుము దుర్గరక్షణకు నిన్నే నిల్పి సేనాపతీ!

అనికాఁ దా వచియించె భూమిపతి సైన్యం బంత నీచేతి కి
చ్చెను కాదా నినుఁ బెద్దచేసి తరిచచ్చెఁ బారిపోఁబోకు నిం
దను పొందఁ వలదయ్య తెల్గుభువి రక్తంబందు వ్రాయింతె మ్లే
చ్ఛుని శౌర్యము నీదుపందతనముఁ శుద్ధాంధ్రచారిత్రముఁ.

తిరుమలరాయుఁడా తెలుఁగు ధిక్కృతి నిక్కరసామ్రాజ్యము భో
గరితులపయిఁ దోశౌక్తికలగా నగుచుంపఁ జేయుచుంచి మా
పరువులు పెట్టుచుంటివి త్రిపఁ బిడి గిఁ స్మరియించి నిత్యము
స్మరించుచునేస్తు రాత్రులు సుషుప్తులయందును తిట్టిపోయుచుఁ.

సకల వరూధినీపతివి శాత్రవమర్దన కాలమందు నీ
వికలతఁ జూపుచో కడమవీరులు గ్రామణి పారెనంచు ని
ల్చి కలను మానుకొందురు వశీకృతులాధురు మ్లేచ్ఛరాజసై
నికులకు నేటినుండియె గుణించుదురు తెల్గుపరాక్రమ చ్యుతిఁ.